सामान्य माणसाच्या कविता

अरुण भऊड

प्रथम आवृत्ती : जुलै 2023
भारतात प्रकाशित

फॉन्ट : कोकिळा

ISBN: 978-81-19445-10-3

मुखपृष्ठ रचना : श्री रमेश मिस्त्री

प्रकाशक : स्टोरीमिरर इंफोटेक प्राईवेट लिमिटेड,
7 वा मजला, एल तारा बिल्डिंग, डेल्फी बिल्डिंगच्या मागे,
हिरानंदानी गार्डन्स, पवई, मुंबई, महाराष्ट्र - ४०००७६, भारत.

Web: storymirror.com
Facebook: @storymirror
Instagram: @storymirror
Twitter: @story_mirror
Contact Us: marketing@storymirror.com

आजपर्यंत ज्यांनी मला आयुष्य जगायला शिकवले
आणि ते, जे भविष्यात भेटतील,
आणि आयुष्य नव्याने जगायला शिकवतील...
त्या प्रत्येकाला अर्पण!

प्रस्तावना

तुम्ही कुणाच्या घरी जन्माला येता हे सर्वस्वी त्या विधात्याच्या हाती असते. मी मात्र एका अत्यंत सामान्य घरात जन्माला आल्याबद्दल त्या परमेश्वराचा मनापासून आभारी आहे. १९८३ सालचा माझा जन्म. मी ७ व्या महिन्यात जन्माला येऊन देखील, कुठल्याही हॉस्पिटलमधे जन्म न घेता, आईच्या गावीच जन्मलो! त्याकाळी ७ महिन्याच्या बाळाला चांगली वाढ होण्याकरिता काचेत वगैरे ठेवतात हे प्रकार कुणाला ज्ञातच नसल्यामुळे मी घरच्या पाळण्यातच वाढलो. त्यानंतरचे माझे संपूर्ण बालपण, शिक्षण, नोकरी सारे काही मुंबईत गेले. कामानिमित्त काही वर्षे मी पुण्याला होतो तसेच कंपनीतर्फे दोन वर्षे बेल्जियम येथे वास्तव्यास होतो. आयुष्यात उत्तरोत्तर प्रगती करत असलो तरी या सर्व प्रवासात माझे सारे राहणीमान हे अत्यंत साधेपणाचे होते, परंतु हे सामान्य आयुष्यच मला एक असामान्य प्रगल्भता देऊन गेले आणि मला निरपेक्ष जीवनाची गुरुकिल्ली मिळाली!

आता कविता कशी जन्माला आली ते सांगतो. मला आठवतंय शाळेत असताना इयत्ता चौथीतच मी 'परीक्षा आली - परीक्षा आली' या नावाची पहिली कविता रचली होती आणि तिथेच ठिणगी पेटली पण तिला कुणी फुंकरच न घातल्याने ती माझी प्रतिभा तिथेच विझली! माझा अबोल स्वभाव, घरची बिकट आर्थिक परिस्तिथी यामुळे माझे मनातले विचार कधी साधे खिशाबाहेरही डोकावले नाही आणि माझे संपूर्ण लक्ष हे चांगले शिक्षण घेऊन नोकरी मिळवणे यावरच केंद्रित होते. माझ्या मनातल्या सर्व सुप्त इच्छा, भावना या कितीतरी वर्षे मी मनातच साठवून होतो. मी कॉम्प्युटर इंजिनिअर होऊन जेव्हा नोकरीला लागलो आणि घरचे भागून माझ्या हातात अधिकचे पैसे जमू लागले तेव्हा माझ्या आत दडलेल्या सर्व

सुप्त इच्छा हळूहळू बाहेर पडू लागल्या. मनावर एक जबाबदारीचा दगड ठेवून इतकी वर्षे मी ज्या कोशात जगत होतो तो दगड बाजूला सारून मी बांध फुटल्यासारखा वाहता झालो.

माझ्याकडेही एक संवेदनशील मन आहे आणि ते काव्यातून व्यक्त होऊ शकते हे मला स्वच्छंदी जगू लागल्यावर लक्षात आले. मग मी माझ्या आत्तापर्यंतच्या प्रवासातील सर्व निरीक्षणे, चांगले-वाईट अनुभव, भावना, वाचनातून आलेले विचार यांना कवितेमार्फत एक वाट करून दिली.

एका सामान्य माणसाच्या जीवनात प्रेम, आनंद, सण, स्वप्नपूर्ती, इतकंच नाही तर विरह, दुःख, अडचणी अशा ज्या असंख्य गोष्टी येतात त्यांना मी एक कवी म्हणून त्रयस्थपणे पाहू लागलो आणि समाजाच्या तळाच्या स्तरापासून सुरवात करून मी जसजसा वरचा स्तर गाठू लागलो, तेव्हा माझ्या लक्षात आलं, सुख हे साधेपणातच आहे. आपण उगीच जीवाचा आटापिटा करून शरीर आणि मनाला नाहक त्रास देतोय आणि तेव्हा खरं समाधानी आयुष्य काय हे अधिकाधिक ठळक होत गेलं.

या माझ्या जगण्याचं चित्रण मी माझ्या कवितांमध्ये इतक्या सोप्या भाषेत केले आहे कि केवळ मराठी भाषा वाचता येणाऱ्यालाही त्या सहज कळतील!

मी कुणी महान अथवा प्रसिद्ध कवी नाही आणि होऊ हि पाहत नाही. तुमच्या-आमच्यातलाच एक सामान्य व्यक्ती म्हणून जगायला मला अधिक आवडेल. मी आशा करतो कि ह्या कवितासंग्रहामार्फत तुम्हालादेखील समाधानी आयुष्याचं गुपित कळेल.

एका सामान्य घरात जन्मलेल्या, सामान्य माणसाने, सामान्य भाषेत लिहिलेल्या अशा या 'सामान्य माणसाच्या कविता...'

आभार

हा माझा पहिलाच कवितासंग्रह आणि माझ्या सर्व कवितांना पुस्तक रूपात प्रकाशित करण्यात माझ्या कुटुंबाचा, नातेवाईकांचा, मित्रांचा आणि इतर अनेक लोकांचा हातभार लागला आहे. त्यामुळे त्यांचा उल्लेख जर मी इथे केला नाही तर ते अजिबातच चूक ठरेल.

सगळ्यात आधी मी धन्यवाद देतो ते माझ्या जन्मदात्यांना, माझ्या आई-अण्णांना, ज्यांच्यामुळे संवेदनशीलता मला उपजतच लाभली! कविता लिहिताना माझ्या वाहवत जाणाऱ्या आणि वेळेचे अजिबात भान न राहण्याच्या स्वभावाला सांभाळून घेतल्याबद्दल माझी पत्नी 'दीप्ती' हिचा देखील मी आभारी आहे. माझी मुलगी 'अक्षरा'चा देखील मी ऋणी आहे कारण तिच्या निरागस स्वभावाकडे पाहूनच मला अधिकाधिक कविता करण्याची प्रेरणा मिळाली. 'अक्षराय' हि कविता आम्ही आमच्या मुलीचे नाव 'अक्षरा' का ठेवले हेच स्पष्ट करते.

तुझ्या कवितांचे एखादे पुस्तक प्रकाशित कर असे वारंवार सांगणाऱ्या माझ्या मित्रांचा तसेच नातेवाईकांचा मी अत्यंत ऋणी आहे. पुस्तक छापायचा विचार केल्यापासून त्यासाठी मला हरएक प्रकारे मदत करणारा माझा अत्यंत जवळचा मित्र 'गिरीश कानडे' याचादेखील मी मनापासून आभारी आहे. इतकेच नव्हे तर 'सच्चा मित्र' हि कविता मी त्याच्या मैत्रीवरच लिहिली आहे. सर्वांचे असेच आशीर्वाद मिळत राहोत हीच अपेक्षा!

माझ्या मराठी व्याकरणाच्या सर्व चुका शोधण्यासाठी प्रत्येक कवितेची ओळ अन ओळ वाचल्याबद्दल, मराठीच्या शिक्षिका राहिलेल्या 'श्रीमती मृणालिनी सोवनी' यांचा मी अत्यंत ऋणी आहे. माझ्या एका विनंतीस मान देऊन त्या त्वरित कविता

वाचनास तयार झाल्याबद्दल त्यांचे जितके आभार मानावे तितके थोडेच.

सरतेशेवटी या पुस्तकाचे मुखपृष्ठ तयार करण्यापासून ते पुस्तक छापून तयार होईपर्यंत मला वेळोवेळी जे साहाय्य केले त्याबद्दल संपूर्ण 'स्टोरीमिरर' टीम चे मी मनापासून आभार व्यक्त करतो. 'स्टोरीमिरर' सारखे व्यासपीठ मला लाभले त्यामुळेच माझे पुस्तक प्रकाशनाचे स्वप्न आज सत्यात उतरले आहे!

आपला नम्र,

अरुण भऊड

अनुक्रम

मनातला मी...
पानापानांतला मी...

मनातला मी... ह्या कवितांच्या प्रत्येक पाना-पानांतला मी...
तुमच्या आमच्या सारखाच, अगदी सर्व-सामान्यातला मी...

आई होण्याची चाहूल लागताच, चुकलेल्या पहिल्या ठोक्यातला मी...
तिच्या पोटात वाढताना तिला हळूच मारलेल्या, पहिल्या लाथेतला मी...

नुकत्याच जन्मलेल्या अर्भकाच्या, पहिल्या श्वासातला मी...
हवेत अलगद उडवलेल्या बाळाच्या, निरागस हास्यातला मी...

चॉकलेटसाठी चिमुकल्या हातावर ठेवलेल्या, नाण्यातला मी...
प्रसिद्धीची कसलीच आस नसलेल्या, बोबड्या गाण्यातला मी...

मिसरूडहि न फुटलेल्या अल्लड कोवळ्या, प्रेमातला मी...
खिडकीतून पहात खुद्‌कन हसणाऱ्या तिच्या, लाजेतला मी...

पहिले चुंबन घेण्याजवळ ओढलेल्या, तिच्या थरथरत्या ओठातला मी...
गर्दीत धरलेला हाथ सोडवण्या, धडपडणाऱ्या तिच्या बोटांतला मी...

चुलीवर शिजवलेल्या आईच्या हातच्या, रुचकर जेवणातला मी...
ऑफिसातून दमून आल्यावर, बायकोने दिलेल्या चहातला मी...

कधीही न बदललेल्या बाबांच्या मनगटावरल्या घड्याळातला मी...
आजीच्या कळकट बटव्यातला मी... आजोबांच्या धुरकट चष्म्यातला मी...

टेकडीवर अन्नासाठी भटकणाऱ्या धनगराच्या कळपातला मी...
खडतर प्रवासातही आनंदानं, आयुष्याचं ओझं वाहणाऱ्यातला मी...

पायपीट करून जीर्ण झालेल्या, चामड्याच्या चपलितला मी...
हरिनामात मंत्रमुग्ध झालेल्या, वारकऱ्याच्या चिपळीतला मी...

आयुष्य जगून शेवटी बंद पडलेल्या, हृदयाच्या ठोक्यातला मी...
समाधानाच्या तिरडीवर विसावलेला, शेवटच्या बिछान्यातला मी...

२. गतिमान जग

सारं गतिमान झालंय हल्ली...
त्यामुळे तोल जातो माझा
भरधाव वेगानं कुणीतरी समोरून जातं...
आणि मग बाचकायला होतं!

'विसावा' घेणं म्हणजे,
पळण्याच्या शर्यतीत विसावा आल्याचं भासतं!
मग मी देखील पळतो...
अगदी ऊर फुटेस्तोवर, धावत सुटतो

विक-डेज ला गावं शहरांकडे पळतात...
अन विकेन्ड ला शहरं गावांकडे
मधे आहेत फक्त भरधाव धावणारे रस्ते...
अन त्यासाठी भरावे लागणारे टोल!

पडवीत आडवा होऊन, वाचायला घेतलेलं पुस्तक...
ते तसंच पडून आहे कधीचं
फडफडताहेत ती केवळ वाचलेली पानं...
न वाचलेलं तसंच, चहाच्या कपाखाली बंदीस्त

उन्हा तानातून शहरं, गावं हिंडत फिरतो
घामाघूम होतो, तेव्हा वाटतं...
बिनझाडाच्या सावलीतही थांबावं थोडं
मग् घामाच्या थेंबांतूनही गारवा येतो

पडवितलं पुस्तक उचलावं...
भरधाव रस्त्यातून एखादी पाऊलवाट काढत,
शहरं आणि गावांपासून दूर जावं...
विसाव्याचं एक झाड शोधावं...
अन चहाच्या कपाचा शिक्का शोधून,
उरलेलं निवांत वाचत पडावं...

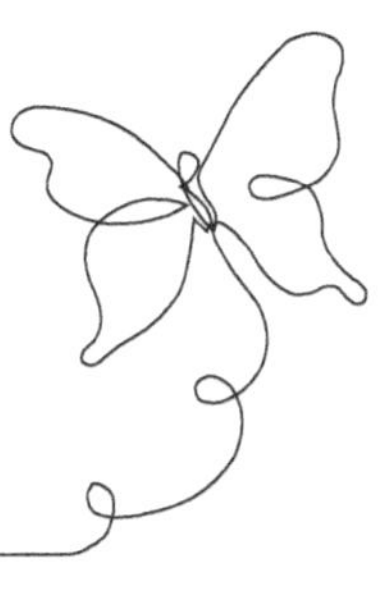

३. प्रेम-विवाह

प्रेम म्हणजे हातावरचं गोंदण...
लग्न म्हणजे उगीचचं कोंदण

प्रेमाचे ते... संबंध
लग्नाचे ते... निर्बंध

प्रेमात सारं काही अर्पण...
लग्नात येते केवढे दडपण!

प्रेम करते मी लपून छपून...
सगळ्यांना का दाखवते, लग्न करुन?

प्रेमात कसले स्वातंत्र्य...
लग्नानंतर कूठून येते पारतंत्र्य?

प्रेम कसे करावे याचे कसलेच नसते सूत्र... ना कुठलेच शास्त्र...
लग्नानंतरच का सोबत असायला गळ्यात हवे मंगळसूत्र?

प्रेम करताना कुठे पैशावाचून अडते...
लग्नानंतरच का सततची नड भासते?

प्रेमात डेझर्ट म्हणून साधी चालते एक पेपरमेन्ट...
लग्नानंतर का तिला म्हणते मी एक अड्जस्टमेंट?

प्रेमात कसे तू मनाला वाटेल ते कर...
लग्नानंतर मी मुलांचं बघते तू जॉबच कर...

प्रेमात किती सहज करते मी सारे अडथळे पार...
लग्नात साधी ठेच लागली तरी तिला, का म्हणते संसार?

जगाला दाखवण्यापूरतं हवं तर माझ्याशी तू लग्न कर...
आपल्या आपल्यात सततचं तू माझ्यावर प्रेमच कर!

४. प्रवासाच्या काचा...

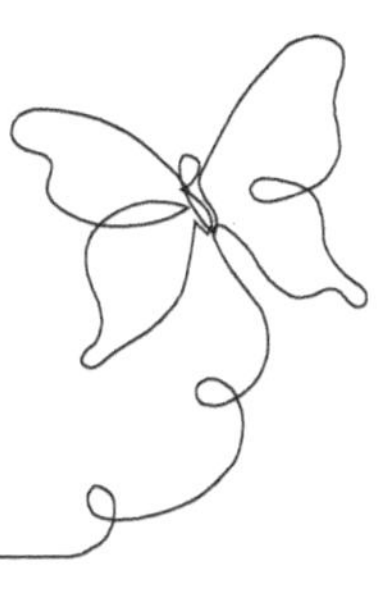

दूरच्या प्रवासाला निघालेल्या,
बसच्या खिडकीच्या एकाकी काचा...

काचेबाहेर तिची प्रतिमा,
स्मित हास्याने हात हलवून निरोप देत होती...

काचेपलीकडले स्पष्ट दिसले,
परी मनातले भाव लपलेलेच...

गाडी सुटते अन ती...
लहान होत काचेवरला एक ठिपका होते...

तिच्या आठवणीने,
काचेतून एक थंड वाऱ्याची झुळूक येते...

ढगांचाही कंठ दाटून येतो अन,
खिडकीच्या काचा टचकन ओल्या होतात...

खिडकीवर डोके ठेवताच,
तिच्या कुशीतली उब काचेवर पसरते...

नकळत माझ्या बोटांतून,
तिच्या नावाची नक्षी काचभर उमटते...

९. गुढीपाडवा

मराठी शाळेत गुढीपाडव्याला पोरं ,
दरवर्षी म्हणायची...
'पाडवा बोल पाडवा'... "पाडवा",
'जा नाल्यात जाऊन हो आडवा'

नवीन वर्षाच्या दिवशी,
कसलं अभद्र बोलतोस गाढवा?...
मास्तरांच्या छडीने,
आधी याला कुणीतरी बडवा!

शाळा संपली,
आणि मराठीशी नाते तुटले...
आता मराठी शाळा देखील संपल्या,
अन इंग्रजीचे पेव फुटले

केवळ मराठी आहोत म्हणून,
उभारतो गुढी...
मनात मात्र एकमेकांच्या,
केवढी अढी!

अडीच लोकांचं कुटुंब पण,
श्री बीएचके त्यांच्यासाठी...
गुढी उभारायला नसते साधी,
वेळूची काठी!

टॉवरच्या हव्यासापोटी,
सुटले आभाळ अन तुटले अंगण...
मिनीएचर गुढी आणतो घरी,
ज्यात नसते कसलेच आपलेपण!

कोलेस्टेरॉल वाढेल म्हणून,
नको बत्तासे च्या गाठी...
मॉल मध्ये गेल्यावर मात्र,
चीझ बर्गर च्याच पाठी!

पब मध्ये एन्जॉय करतात,
कडवट अफू ची गोळी...
शास्त्र म्हणून कडुनिंबाचा पाला,
यांच्या उतरत नाही गळी!

बाईक रॅलीत नऊवारीत मी,
इंस्टाग्राम सजवते...
घरातला पसारा मात्र माझी,
बाईच आवरते!

प्रत्यक्षात न भेटता आम्ही,
व्हाट्सअँपवर खूप सोशल असतो...
आयटी कंपन्यांत म्हणे हल्ली,
गुढीपाडवा देखील ऑपशनल असतो!

कर्माचे भोग म्हणून,
तुला हि नाट लागलीय गाढवा...
थर्टीफस्ट फेम नववर्षाला,
म्हणूनच असतोस ढोसून आडवा!

पाऊसच तो...
पकडू म्हटलं तर निसटतो...

छत्री रेनकोटचं ओझं पाठीवर असेल,
तर लपून बसतो...
लेदरचे नवीन फॉर्मल शूज घातले,
की कोसळतो...
पाऊसच तो,
पकडू म्हटलं तर निसटतो...

विकडेजला ऑफिसला जाताना,
नको म्हटलं तरी दर्शन देतो...
वीकेंडला, कांदा भजीचा नैवद्य केला,
तरी नवसाला पावत नसतो...
पाऊसच तो,
पकडू म्हटलं तर निसटतो...

शेतात पीक लावून झाले,
की तुरळक सरी...
आणि आंब्याला मोहोर आल्यावर,
सरिंवर सरी...
पाऊसच तो,
पकडू म्हटलं तर निसटतो...

एखाद्या रोमॅंटिक क्षणी,
बायको सोबत असताना
खिडकीत ये म्हटलं,
तर म्हणतोस नको,
'तुम्हाला प्रायव्हसी हवी'...
आणि बायकोला म्हटलं,
चल तुला आज मरीन ड्राईव्हवर
पावसाची भेट घालून देतो,
तर दामिनी सवे असा बरसतोस,
की ट्राफिक मध्ये अडकून,
अर्ध्या वाटेतूनच आम्ही कसेबसे घरी...
शेवटी पाऊसच तो,
किती पकडू म्हटलं तरी निसटतोच...

पण कसाही आलास,

तरी येत रहा असाच, न सांगता,

हल्ली कुणीच नसतं रे घरी...

मी आणि ही ऑफिसात,

मुलं शाळेत नाहीतर कसल्यातरी क्लासला,

दाराला असते नेहमीच लॉक...

खिडक्या घट्ट डोळे मिटून घेतलेल्या,

साधी फट ही नाही, तुझी चाहूल लागायला

तू येऊन गेल्याचा साधा मागमूसही नसतो

कारण ऑफिसच्या पार्किंग लॉट मधून,

मी गाडीत बसून सरळ घराच्या पार्किंग लॉट मध्ये,

तिथून लिफ्ट मध्ये आणि मग सरळ घरी!

अखेर पाऊसच तू,

किती भेटू म्हटलं तरी न भेटताच जातोस

७. पाच दिवसांची दिवाळी

माझी दिवाळी फक्त पाच दिवस
तुझी ही दिवाळी पाचच दिवस!
कुणाला पर्वाच नाही,
कसे जगतो आम्ही वर्षातले बाकीचे दिवस!

पाच दिवस तेवढी झाडलोट,
सारे मिळून करतो घराची लख्ख सफाई!
इतर दिवस तोच पसारा,
तीच नेहमीची ऑफिसला निघायची घाई!

पाच दिवस नुसते अंगण नव्हे,
तर अख्खी कॉलनी उजळून काढू!
उरलेले दिवस, कुणाचे लक्ष नाही बघून,
रस्त्यात हळूच पानाची भक्कम पिंक टाकू!

पाच दिवस फटाक्याच्या धुराची आणि,
आवाजाची जाणीवपूर्वक उणीव!
बाकीचे दिवस ध्वनी, जल, वायू अन्
भू-प्रदूषणाची कुणालाच नाही जाणीव!

दिवाळीचे पाच दिवस नाश्त्याला,
लाडू, करंजी, चकली अन् चिवडा!
इतर दिवस चिप्स, बर्गर अथवा
रस्त्यावरचा कळकट् तेलातला मेदुवडा!

पाच दिवस मूर्तींची देखील पूजा-अर्चना,
भावाला ओवाळणी, नातलगांना भेटवस्तू!
उरलेले दिवस, कुणाचा साधा फोन नाही,
खायला उठते नुसती ही फ्लॅट नावाची वास्तू!

सुख समृद्धी अन् समाधाना साठी
गरजच नाही कुठल्या साडेतीन मुहूर्ताची...
तब्येतीची काळजी, नात्यांची नाळ,
अन् निसर्गाचे भान हिच नित्याची दिवाळी!

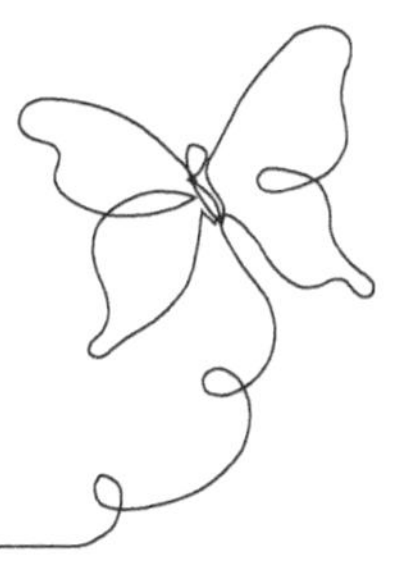

८. जात

जात...का नाही ती जात?
कशी करू तिच्यावर, कायमची मात?

मळून घे या जातीची,
एक लांबलचक वात...
आरक्षणाच्या दीव्याने,
पेटू दे एकदाची वात...

होत नाही पहाट,
तोवर असू दे ती उरात...
मग जळून खाक होऊ दे,
कायमची ती वात...

आता जळून गेली वात,
देऊन उजेडाची साथ...
आता नको नवी वात,
नाही उरला अंधार आत...

तुझ्या ठिणग्यांनीच लाव वणवा,
पेटु दे घरोघरच्या वाती...
पोलिओ सम संपुदे,
या अपंगत्वाच्या कृत्रिम साथी...

९. व्यसन

बापाला कसं कळेल,
आज पिऊन आलोय...
नाक्यावर थोडं थांबून,
Mentos चघळत आलोय...

अरे पण cigarette ओढलीस ना,
शर्टाला वास येतोय...
मित्राच्या गाडीतला air फ्रेशनर,
शर्टवर मारून आलोय...

अरे पोट किती सुटलंय या वयात?
मेस मधलं जेवण खात आलोय...
आणि डोळ्यांखालीहि किती सुजलंय?
रात्री जागून अभ्यास करत आलोय...

हल्ली, रात्री अपरात्री घरी येतोस!...
ग्रुप studies करून आलोय...
आणि फोन केल्यावर उचलत का नाहीस?...
फोन silent वर ठेऊन आलोय...

नको ते शिक्षण घेत आलोय,
धुरांच्या रेषेत हरवत चाल्लोय...
बिअरच्या बाटल्या रिचवत चाल्लोय,
तरुणाईच्या नशेत हरवत चाल्लोय...

सारं काही लपवत आलोय,
आई बापाला फसवत चाल्लोय...
व्यसनाच्या अधीन झालोय,
हळूच जीवन संपवत चाल्लोय...

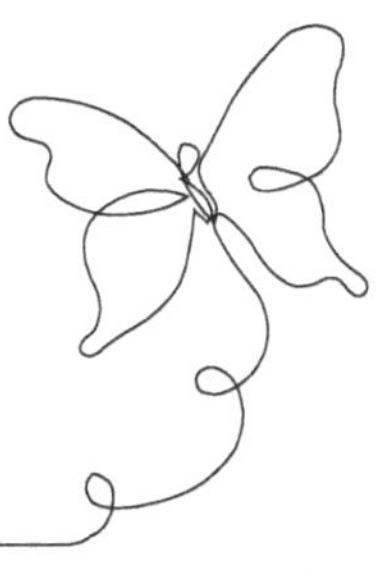 १०. स्ट्रगल

मी माझा 1 बीएचके चा स्ट्रगल संपवून,
त्याच्या हाती रूम च्या किल्ल्या देतो...
आणि त्याचा 1 बीएचके चा स्ट्रगल सुरु होतो,
तर मी माझ्या 2 बीएचके च्या प्रगतीपथावर स्वार होतो!

माझ्यासाठी तो त्याचा स्ट्रगल असतो
पण त्याच्यासाठी मात्र तो...
1 रूम किचन चा स्ट्रगल संपवून,
1 बीएचके मध्ये आल्याचा आनंद असतो...

गरजा किती हावऱ्या असतात पहा,
पूर्ण होत नाहीत तोवर मी स्वतःला रेटत असतो...
आणि पूर्ण होताच तिचे बारसे घालून,
पुढल्या क्षणाला नव्या गरजे पोटी, मी पुन्हा गरोदर राहतो...

कालचा समाज हा तोच आजचा समाज असतो,
केवळ माझ्या प्रगतीनुसार तो त्याची व्यथा बदलत असतो...
चाळीतल्या समाजाला माझ्या फ्लॅटची आस असते,
तर फ्लॅट संस्कृती माझ्या टॉवरकडे डोळे लावून बसते...

उद्या कदाचित 2 बीएचके जाऊन, 3 बीएचके येईल,

अन परवा तोही विकून मी पेंटा हाऊस घेईन...

सर्व मिळाले तरी सततची नड भासतच राहील,

मरेपर्यंत मी स्वतःला असाच ओढत राहीन...

एक दिवस मी प्रगतीपथाच्या शिखरावर जाईन,

अन एकदाचा ह्या समाजाचा स्तर संपून जाईल...

वरून आभाळाकडे नव्हे तर एकदा खाली वाकून पाहीन,

तेव्हाच साक्षात्कार होईल अन माझा स्ट्रगल संपून जाईल...

समाज तेव्हा देखील माझ्याकडे डोळे वटारून पाहील,

पण मी मात्र समाधानाने माझे डोळे मिटून घेईन...

तेव्हाच एकदाचा माझा स्ट्रगल संपून जाईल,

तेव्हाच एकदाचा माझा स्ट्रगल संपून जाईल...

११. मनासारखं...

लहानपणापासून जे होतं उराशी बाळगलं...
आवंढा गिळुनही, कधी ओठी नाही आलं...
कधी धाकाने ठेचलं, कधी पैशाअभावी चिरडलं...
खरंच मला कधी मनासारखं नाही होता आलं!

कधी कुणी नाकात माझ्या, समाजाचं वेसण घातलं...
लोक काय म्हणतील सांगत संस्कृतीनं खोलीत डांबलं...
का शेजारचं पोर गेलं म्हणून मलाही इंग्रजी शाळेत घातलं?...
मनातलं फुलपाखरू उडण्याआधीच त्यावरलं butter fly झालं!

इंजिनिअर नाहीतर डॉक्टर, सगळं आधीच फिक्स झालं...
याहून काही वेगळं केलं म्हणजे पोर अगदी कामातून गेलं...
चार पैसे कमावत नाही तोवर इतर सांगतील मी तेच केलं...
आता खरी सुरुवात करू म्हटलं, अन त्याच क्षणी लग्न झालं!

बायकोला सारं सांगितलं, तर कळालं तिने हि आजवर हेच केलं...
त्याच वेळी, 'तू तुला हवं ते कर' असं एकमेकांना मग् वचन दिलं...
माझ्या स्वप्नांचे पंख लावून मी तिला आकाशात उंचच उंच नेलं...
पण पाळण्यातल्या रडण्याच्या आवाजाने पुन्हा जमिनीवर आणलं!

संसाराच्या व्यापातून कळलेच नाही, कधी माझं स्वप्न माझ्या मुलांचं झालं...
आरशात पाहिलं अन लक्षात आलं, बाबारे आता आपलं वय झालं...
उद्या तुझ्या मुलांचही असंच होईल का, जे आजवर तुझं होत आलं?...
आणि तुझं हि कदाचित तेच होईल, जे तुझ्या आई-बापाचं झालं!

मुळीच नाही!... माझं आधीच ठरलंय...
ह्या पाशातून मी घरच्यांना, मुक्त करायचं ठरवलंय...
वयाचा विचार न करता प्रत्येकाला...
उराशी एक स्वप्न बाळगायला सांगितलंय!

१२. नोटबंदी

५०० च्या नोटेची एका रात्रीत झाली, चण्याची पुडी...
अन १००० च्या नोटेची केली, शिडाची होडी...
आता तरी सुटतील का, आयुष्याची सगळी कोडी?
रोजच्या बेचव जगण्याला, येईल का थोडी गोडी?

गरीबाच्या वाट्याला आता येईल का तूपाची पोळी?...
कि वारेमाप पैसा त्याचीच, येईल पुन्हा दिवाळी?
सगळ्या काळ्या पैशाची खरंच पेटेल का होळी?...
कि सामांन्यांच्याच लागतील लांबच लांब ओळी?

रद्दीच्या भावात विकतील का, आता पैशाची गाठोडी,
आणि काळ्या पैशाच्या मोबदल्यात, थेट पोलीस कोठडी?
कि मध्यमवर्गीयांनाच पडतील आता असंख्य कोडी,
अन दिवाळीचा बोनस जमा करताच, पडेल हातात बेडी?

वनवास आता संपला म्हणत, श्रीरामाला हात जोडी...
पंधरा लाख येतील खात्यात, हि आशा आपुली वेडी!
काळ किती लोटला परी, तुझे नशीब पालटायचे थोडी,
झोप लवकर आता नाहीतर, सुटेल पहाटेची गाडी!

१३. नकोतिथे भावूक

एक दिवस मित्र माझा तक्रार घेऊन आला…
"लई प्रयत्न करतोय म्या, ह्या भावनासनी आवराया!
पन हि दुनिया लय जालीम हाय बघ लेका,
आन तुझ्या ह्या भावूक कविता, येत्यात खांदा घ्याया!"

मला मोठी गम्मत वाटली, खरंच! लोक किती गल्लत करतात…
मृगजळाच्या शेजारी, किती आशेने हागवणीला बसतात!

हेच ते, जे candle light च्या टेबलावर लॅपटॉप उघडून असतात…
आणि ऑफिस पार्टीच्या रात्री कसलातरी उपवास पकडून बसतात!

सकाळची कोवळी किरणं जेव्हा अंगाखांद्यावर खेळायला आतूर असतात…
हे अंथरुणात तरी असतात, वा कमोडवर बसून सिगारेटी ओढत बसतात!

हेच जेव्हा रात्री बायको शेजारी, बिछान्यात जाऊन पडतात…
सेक्स सोडून यांना सेन्सेक्सच्या चिंता अधिक सतावत असतात…

गुलजार च्या कविता का कुणी मठ्ठ चेहरा करून वाचतात?
युद्ध भूमीवर का कुणी भावूक होऊन आसवे गाळतात?

Spiderman सारखी उंच भरारी घेऊन साऱ्या दुनियेचा भार उचलावा...
पण काम फत्ते होताच, आपल्या प्रेयसीला एकांतात kiss देखिल करावा...

कृपा करून तुझ्या ठायी नकोतिथे, भावनांचा अतिरेक नसावा...
लोक कपाळी टिळा लावून जातील इतका हि तू 'दगड' नसावा...

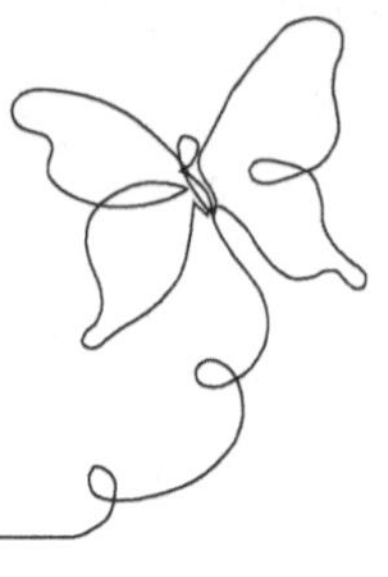

१४. स्वयंपाक

कित्येक वर्ष,
मी तो फक्त खाण्यातच घालवली...
बनत असेल कसा,
कधी विचारपुसच नाही केली!

निसर्गाच्या पोटातून...
थेट किचनच्या ओट्यावर
"आई वाढ गं जेवायला " म्हणताच...
मी असे भरल्या ताटावर

रडू आणणारे कांदे आणि...
फोडणी नंतरचा तो ठसका!
म्हणून पाक कलेमध्ये...
मी आधीच होतो फुसका!

दैवी कोप झाला...
देव म्हणाला, 'थांब दाखवतोच तुला!'
आई नाही, बायको नाही, धाडले परदेशाला...
किराणा भरला बॅगेत, म्हणाला लाग आता कामाला!

पहिले काही दिवस...
maggi वरच भागले!
पैसे संपू लागताच...
बाहेरचे खाणेही थांबले!

आता उरला नव्हता पर्याय...
kitchen मध्ये घुसण्याशिवाय!
गत्यंतरच नव्हते, चाकू-सूरी घेऊन...
दोन हात करण्याशिवाय!

Technology चा वापर करून...
केला पहिला फोन आईला!
भाजी चिरण्या साठी मग...
लावला हेडफोन कानाला!

कांदे चिरता चिरता...
माझे डोळे लागले झोंबायला!
भाजी चिरून झाली तरी...
तयार नव्हते थांबायला!

कढईत तेल टाकून...
ठेवले तिला उकळायला!
तळातले पाणी तसेच...
मग लागले तेल उडायला!

पाणी निघून जावे म्हणून...
तेलाला अधिकच उकळले!
जिन्याचे दाणे टाकताच...
ते तेलात होरपळून मेले!

मोहरीची फोडणी कसली...
तो तर होता धुराचा लोट!
शेवटी कोथिंबीर चिरतानाहि...
मी कापून घेतले बोट!

एक dish बनताच...
लगेच फोटो share केला!
फोटो पाहून कुणाला कळेल...
मी इथे काय पराक्रम केला!

मी तेच तर केले...
जे आईने फोनवर सांगितले!
कळत नाही कुठे...
माझे logic नेमके गडबडले?

काही दिवस अर्धे कच्चे...
कधी करपट जेवण पचवले!
हळूहळू मग स्वयंपाकातले...
बारकावे मला समजले!

शाळा शिकून, मोठ्ठा Engineer झालो...
वाटलं खूप काही कमावले!
स्वयंपाकघरातहि होते एक, विद्यापीठ दडलेले...
का नाही, कधी हे उलघडले?

१७. मी मुक्त

मी सक्षम... मी मुक्त!
मी सशक्त... मी मुक्त!

मी शिक्षित... मी मुक्त!
मी स्वच्छंदी... मी मुक्त!

मी खेळकर... मी मुक्त!
मी खोडकर... मी मुक्त!

मी मुलगी... मी मुक्त!
मी tomboy... मी मुक्त!

मी अभिमानी... मी मुक्त!
मी अभिलाषी... मी मुक्त!

मी सामाजिक... मी मुक्त!
मी व्यावहारिक... मी मुक्त!

मी कणभर... मी मुक्त!
मी जगभर... मी मुक्त!

मी ग्रामीण... मी मुक्त!
मी शहरी... मी मुक्त!

मी गोरी... मी मुक्त!
मी काळी... मी मुक्त!

मी पारंपारिक... मी मुक्त!
मी sleevless... मी मुक्त!

मी bob cut... मी मुक्त!
मी boy cut... मी मुक्त!

मी भावूक... मी मुक्त!
मी नाजूक... मी मुक्त!

मी बाई... मी मुक्त!
मी आई... मी मुक्त!

मी आजी... मी मुक्त!
मी माझी... मी मुक्त!

तू समंजस... मी विमुक्त...
तू मूक... मी विभक्त...

१६. संवेदना

मी माझ्या कामात व्यस्त असतो...
आणि त्याच वेळी नेमकी दारावरची बेल वाजते...

कधी व्यक्ती अनोळखी असते, पण संवाद अंगवळणी पडलेत आता...
इतके, कि मी माझ्या व्यस्त कामातून डोकेही वर काढत नाही!

भिकारी, दारातूनच, "सायब, वाईच भाकर मिलन काय?",
मी, "बाबा, घरी कुणीच नाही, पुढे जा"

सेल्समन, "सर, क्या में आपके दो मिनट ले सकता हूं?",
मी, "नही, बाजुवाले के पास जाओ, उससे लो"

पोलिओ डोस देणारी बाई, "कुणी लहान मूल आहे का घरात?",
मी, "दिलाय, बाळाला सकाळीच डोस दिलाय"

केबलवाला, "साहेब, केबल कलेक्शन",
मी, "आज नाहीयेत पैसे, उद्या ये"

इस्त्रीवाला, ''साब कपडा'',
''हा खातें में लिख लेना और नया कपडा रखा है बाहर टेबल पे गिन लेना''

चहावाला, ''साब, चाय का गिलास'',
''हा वो बाहर चप्पल स्टँड पे रखा है, ले जाना''

माझ्या व्यस्त कामातून कधी वेळ मिळाला...
तर या सगळ्यांच्या जागी उभं राहून बघायचंय मला... कसं वाटतं ते...

१७. होळी

आज सकाळी लवकर उठलो,
आळसपणाची होळी करत.
चक्क जॉगिंग करून आलो,
सुस्तपणाची होळी परत!

ऑफिसात वेळेवर गेलो,
विलंबाची होळी करत.
प्रामाणिकपणे केले काम,
उनाडपणाची होळी करत!

अख्ख्या टीमला केले स्वीट चे वाटप,
कंजूसपणाची होळी करत!
निघताना कलिग्सना दिली गोड स्माईल,
तिरस्काराची होळी परत!

ट्राफिकचे सगळे सिग्नल पाळीत घरी आलो,
बेशिस्तपणाची होळी करत.
लिफ्ट मधे जोशी काकांना आधी जाऊ दिले,
अनादराची होळी another!

बायको आणि माझ्यासाठी चहा आज मीच केला,
पुरुषार्थाची होळी करत.
कधीकाळी आज, मुलीचा अभ्यास मीच घेतला,
बेजबाबदारपणाची होळी परत!

सोसायटीच्या होळीच्या पाया पडून आलो,
कुसंस्काराची होळी करत.
घरी आई बाबांच्या ही मग पडलो पाया,
वाईट शिष्टाचाराची होळी करत!

रात्री केली पुरणाची पोळी, होळी रे होळी म्हणत,
दुसऱ्या दिवशी मात्र बसलो, भांगेची गोळी चघळत!
समाजाचे रंग घेऊन जनता आली मागे पळत,
त्यांच्यासवे झिंगल्यावर, पुन्हा नाल्यात पडलो लोळत!

१८. पेय

पाणी नाही water म्हणतात, त्यात 'R' silent उच्चारतात...
नुसतंच मिनरल वॉटर नाही ते आणखी बरंच काही पितात

कुणी fresh lime soda, कुणी mocktail घेतात...
Combo meal सोबत cold drink compulsory देतात

Crush, syrup अन fruit punch असलं काय काय विकतात...
गावाकडेही पाहुणे आल्यावर आता लोक थंडा मागवतात

कुणाला वाटते हि कसली पेयं, तेही मग् स्वस्थ नाही बसत...
संध्याकाळी देशी किंवा इंग्लिश टाकून, बसतात लोळत

उन्हातून थकून आल्यावर माठातलं पाणी कितीजण मागतात?
गावी, खालच्या विहिरीचं पाणी प्यायला कोण कोण धावतात?

दगडावरून खळाळतं नदीचं पाणी त्यावर पडलेली कोवळी उन्हं...
तोंड लाऊन त्याच्या काठाला हल्ली कितीजण चाखतात?

यांना जरा चाटवा कुणीतरी कोकमाची आगळ आणि कैरीचं पन्हं...
शहाळ्याचे पाणी देखील हे स्ट्रॉ मधून ओढतात!

वरण भातावर गाईचं तूप अन अढीच्या आंब्यांचा आमरस...
हळूहळू सारंच यांना आता वाटू लागलंय निरस!

शितपेयाला वापरून नदीचंच पाणी, तिचं चांगलंच पांग फेडतात...
त्याच फॅक्टरीतलं सांडपाणी हळूच पुन्हा, नदीतच नेऊन सोडतात!

व्यापारिकरणाच्या या बाजारात, खरं पेय मात्र दुरावत चाललंय...
उरलं आयुष्य सलाईनची बाटली अन इन्सुलिनसाठीच राखून ठेवलंय!

११. वेळ

जेव्हा काही कळायची वेळ येते,
तेव्हा नेमकी वळायची वेळ होते…
आता इथे घटकाभर विसावू म्हटलं,
तर निघायची वेळ होते

माती सारून बाजूला,
जेव्हा अंकुर फुटायची वेळ येते…
धरणीकंप होऊन,
खोल गर्तेत बुडायची वेळ होते

करकच्चून बसलेल्या गाठी,
जेव्हा सुटायची वेळ येते…
पीळ बसून मग,
दोरखंडच तुटायची वेळ होते

कैक पावसाळे सोसून जेव्हा
मोहोरण्याची वेळ येते…
खोड सुकून,
सरपण होऊन जळायची वेळ होते

उठायची वेळ, बसायची वेळ...
कसायची वेळ आली आता झाली निजायची वेळ
मनगटावरले घडयाळ दरीत फेकून...
बेधुंद जगण्याच्या वेळेचा कधी बसतच नाही मेळ

हसण्याची वेळ... रुसण्याची वेळ... प्रेमात पडण्याची वेळ,
नाती तिळ-तिळ तुटण्याचीही असते एक वेळ...
तास, मिनिटे अन सेकंदाच्या मागे धावून,
दवडत चाललोय कितीतरी वेळ

वेळात वेळ काढून रात्री-अपरात्री हि पाळत आलोय मी वेळ...
दिवसभराच्या धकाधकीतून अजिबात मिळतच नाही ओ वेळ!
शिकण्याची वेळ... मौज करण्याची वेळ... लग्नाची हि झालीय वेळ...
२ वर्ष झाली कि लग्नाला... आता पोर व्हायची आलीय वेळ

दिनक्रमाच्या वेळापत्रकातून जेव्हा मिळेल कधी फावला वेळ...
कळेल खरेतर जीवन जगण्या नसतेच कुठली ठराविक वेळ!
जाणीवेने या सैराट होवून जेव्हा मी, नुसताच धावत सुटतो, कितीतरी वेळ...
लोक येतात आडवे म्हणतात, 'एक पोरीचा बाप झालास' आता पुरे हा
पोरखेळ!

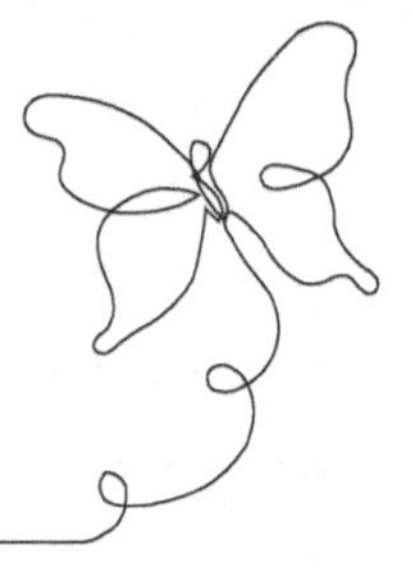

२०. कवितेची हुक्की

Office मधून घरी जाता जाता,
रस्त्यातच कवितेची हुक्की आली
वाटलं 'बस'नेच आलो असतो आज,
उगीचच 'स्कूटर' सोबत आणली

कवितेतली हिरवळ दिसताच,
तोडून सारे सिग्नल, मी धूम ठोकली
कल्पनेतल्या डोहात डुंबताना,
स्कुटर सगळ्याच खड्ड्यांत घातली

किती आले speed breaker,
पण मनावर उरला नव्हता ताबा
मनातल्या फुलपाखराने टाकले,
'ट्रक' लाही मागे आता!

कविता जेव्हा माझ्या साऱ्या नसानसांत भिनली,
कळलेच नाही कधी पुढची 'जाडी' बाई डावीकडे वळली!
चमचमत्या 'Left Indicator'ला तिच्या मी काजवे समजून बसलो,
तारे दिसले मिणमिणते जेव्हा बाईंच्या 'scooty'ला जाऊन ठोकलो!

तोल जाऊन रस्त्यात बाई, भरल्या गोणी सारखी पडली,
कविता माझी तिच्या शेजारी फतकल मारून बसली!
खरचटले का म्हणून बाईंना मी formality पाळत विचारले,
गाढ कवितेतून जागे झालेले मन, होते त्याहूनही दुखावलेले!

मी म्हणालो, 'अहो पैसे घ्या हवे तर' पण घरी जाऊ द्या मला
तर गोळा करत गर्दी ती म्हणाली, आधी पोलिसाना बोलवा!
पोलिसाचे ऐकताच नाव, माझी तर बोबडीच वळली,
कवितेतली कडवी मला कल्पनेतच, गजाआड दिसली

लाख विनवण्या केल्यावर बाई एकदाची कशी-बशी पटली,
'पैसे देतो वर औषधपाणीही करतो' म्हणता चटकन उठली!
दवाखान्यातली गर्दी पाहून बाई जरा हिरमुसली, पण कविता माझी हसली,
कारण उरली सुरली कडवी मला त्या 'waiting room' मध्येच सुचली!

मनापासून माफी मागत बाईंना 'scooty'सकट घरपोच सोडली
कवितेची हुक्की आज मला, चांगलीच महागात पडली

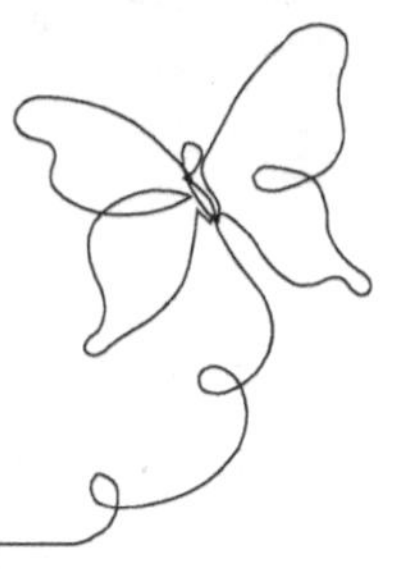

२१. सीमेवरल्या लढाया

सीमेवरल्या लढाया क्रिकेट सारख्या असत्या जर...
नसती कुठलीच बॉर्डर, असत्या निव्वळ बाऊन्डच्या तर...

बंदूक नाही, कि नाहीत तोफा, इथे सांडत नाही रक्त...
रक्त नुसतेच खवळते यांचे, सारे आहेत क्रिकेट भक्त...

मुडद्यांची रास नाही, कि नाहीत कुणाचे चित्कार...
आनंदाने किंचाळतात जेव्हा, पडतात चौकार-षटकार...

कुणीही हारो वा जिंको, कुणी होतो आनंदी कुणी बसतात करीत दुःख...
छिन्न-विच्छिन्न, भयाण अथवा विदिर्ण इतकं वाईट काही ते नसतं...

कुणीतरी मग उडवतोच फटाके, त्या उडल्या फटाक्यांना सीमा नाहीत...
सीमेपलीकडील चिमुरडीही मग हरवतातच कि त्याच रोषणाईत...

सीमेवरल्या लढाया क्रिकेट सारख्या असत्या जर ...
नसती कुठलीच बॉर्डर, असत्या निव्वळ बाऊन्डच्या तर ...

२२. दोन दिवे

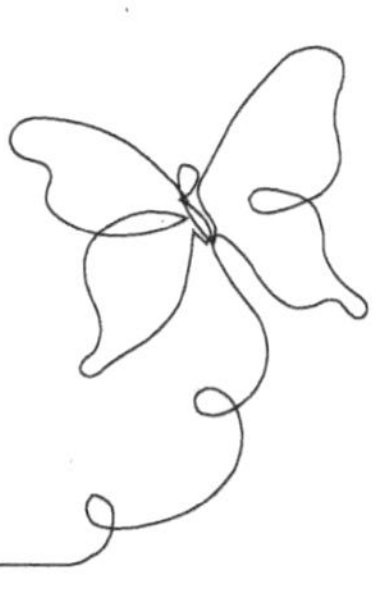

लक्ष लक्ष दिव्यांची झाली उधळण ।
त्यातील इवलेसे दोन दिवे आपण ।।

दिवस असो की असो रात्र ।
नसो सण वा असो दिवाळसण ।।
अथक प्रयत्ने चालू आहे
आपल्या पुरत्या विश्वाची उधळण ।।

आपली खरी लक्ष्मी केवळ ,
उजळल्या क्षणांची साठवण ।
संपत आलेल्या मेणाची ,
नाही साधी आठवण ।।

असेच अखंड तेवत राहू ,
मेणाच्या साथीने ।
संपले जरी का मेण ,
तरी कापसाच्या वातीने ।।

जर का जळून गेली वात ,
तू भिऊ नकोस भीतीने ,
धुरकट होऊन जळतच राहू ,
एकमेकांच्या साथीने ॥

नाही उरलो जरी मी अन तू ,
घात केलाच जर या नियतीने ।
आणू डोळयांत पाणी त्यांच्या,
तुझ्या माझ्या आठवणीने ॥

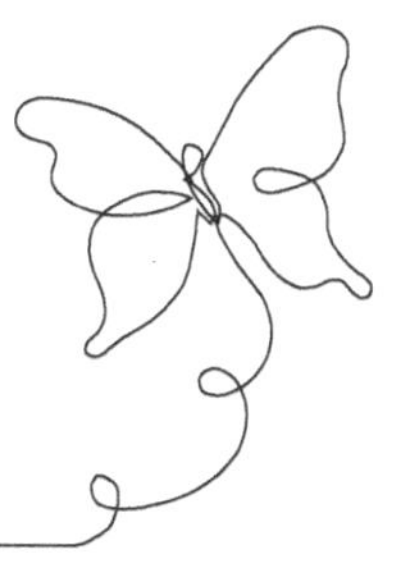

२३. पाऊलवाट

कुणीतरी ओसाड रानात येतो,
त्याला डोंगरापलीकडला सूर्य खुणावत असतो...
पण पायथ्याशीच एक उंच कडा,
आ वासून उभा असतो!

तरी तो धावत सुटतो,
वाट दिसेल तेथे, डोंगर कपारीतून...
तो ठेचाळतो, रक्तबंबाळ होतो,
परी मार्ग शोधतच राहतो काट्याकुट्यातून!

आयुष्य सरते, सूर्य अस्ताला जातो,
सर्वत्र येते अंधारून...
पण धग मात्र जात नाही,
निखाऱ्यासम अंगातून!

एक-दोन नव्हे,
असे असंख्य सूर्य गिळंकृत केले तरी,
मानत नाही तो हार...
नव्या सूर्याच्या आशेने करीत राहतो,
हर एक अडथळा पार!

माथा सर केल्यावर,

जेव्हा तो त्याची फिरवतो पाठ,

कळते त्याने जगाला,

मोकळी केलीय एक नवी पाऊलवाट!

२४. प्रतिमा

आता उरला नव्हता चेहरा प्रतिमेला, न माझ्या अन तुझ्या...
हि सायंकाळ आकार घेत होती जीवनाचा, तुझ्या अन माझ्या

आकाशातील चिमण्या देखील घरट्या कडे धावल्या...
सोबत फक्त तू अन पुसट झालेल्या, दोन सावल्या

मी नजरेच्या कोनातून पाहताच, तू लाजल्या सारखी वाटली होतीस...
पण सूर्य क्षितिजाला टेकला तरी, तू दोन हात लांबच उभी होतीस

पायाखालच्या वाळूने केलेल्या गुदगुल्या, किती हव्याहव्याशा वाटतात ना मनाला...
लक्ष कुठाय तुझं? जमतंय ना तुला, कि त्या 'feelings' च नाहीत तुला?

विषय बदलीत मी विचारले, "तो अस्ताला जाणारा सूर्य पाहून काय वाटते तुला?"
ताड्कन जागे होत तिने उत्तराऐवजी, प्रति-प्रश्नांचाच भडीमार सुरु केला!

"सूर्याचं राहूदे आधी मुद्याचं काय ते बोला, मनात काही गुपित असेल तर ह्या पहिल्या भेटीतच सांगा...
खाणार कशाशी आणि लग्नांनंतर आपण राहणार कुठे? हनिमूनसाठी फिरायला मला नेणार कुठे?"

बापरे! मी दचकून प्रेमातून जागा झालो, घाबरून कल्पनेत कुठच्या कुठे उडालो!

पायाखालची वाळू आता अधिकच सरकत होती, तरी स्वतःला धीर देत मी म्हणालो...

"मी आयुष्यभर तुझी काळजी घेईन... जीवात जीव असेपर्यंत तुला साथ देईन... प्रत्येक सुखदुःखात तुझी सोबत करेन अशी सप्तपदी शपथ सुद्धा घेईन"

त्यावर ती म्हणाली, "ते सगळं ठीकाय पण तुझ्या पगाराचं काय?"
" आणि आपल्या भावी आयुष्याचं, तुझं planning ते काय?"

थांब थांब! काहीतरी घोळ दिसतोय...
मला वाटतं आपण वेळा चुकलोय ...

मी सायंकाळच्या मंद प्रकाशनानंतरचे चांदणे शोधतो आहे...
तुला मात्र सूर्योदयानंतरचा हिरण्यगर्भ अपेक्षित आहे!

मी तुझी चंद्र रास, अन तू माझी सूर्य रास पाहिली बहुतेक, म्हणूनच हि गफलत झाली वाटते...
एकाच वयाचे असूनही मला आपल्यात, कुठेतरी एक 'generation gap' दिसते!

दोनाचे चार हात व्हायचे आता चार हात लांबच राहिले...
तुझ्यासाठी आणलेले गुलाब श्रद्धांजली म्हणून, हळूच पाण्यात वाहिले!

आता तू आणि मी केवळ सोपस्कारासाठी उरलो होतो...
अस्ताला गेलेल्या सूर्यासवे जवळ येऊ पाहणाऱ्या सावल्या, आपण केव्हाच
गमावून बसलो होतो!

२५. अक्षरांय

स्वप्नात एकदा एक कवी आला,
ओंजळीत होती त्याच्या काही पोरकी अक्षरे
देवच गेला त्यांना टाकून कवीच्या पदरात,
जाताना म्हणाला ''नीट काळजी घे बरे.''

कवीच तो, मग काय विचारता,
सगळया अक्षरांशी त्याने केली ओळख-पाळख...
टोचली लस लेखणीची, लावले वळण,
अन मिळवून दिली त्यांना एक नवीन ओळख.

प्रत्येक अक्षर निराळे, त्यांची निराळीच ढब,
प्रत्येकाचे निराळेच वळण, तरी कागद हेच त्यांचे वलय ...
वळण जरी नसले एक तरी शिकवण मात्र होती एक,
कवी सोबत वाढताना, अक्षरांत रुजली होती एक लय.

हळूहळू मोठे होताना, त्यांना फुटू लागले ''शब्द'',
कवीच्या परीसस्पर्शाने त्यांना प्राप्त झाले ''अर्थ''.
त्याने केली गुंफण अक्षरांची, ठेवला त्यांवर अंकुश,
अनर्थांच्या शब्दांना कधी फुटलेच नाहीत अंकुर.

कवीची इतक्या वर्षांची मेहनत,
अक्षरांवरचे त्याचे निर्मळ प्रेम, त्याने केलेले संस्कार…
यातूनच पैलू पाडल्या पाचूसमान,
आकार घेत होते कवीच्या मनातले सुंदर "विचार"!

अक्षरांचे बनले 'शब्द',
शब्दांपासून बनल्या 'ओळी',
ओळींपासून बनली 'कडवी', अन एक-एक कडवं मिळून …
जन्मला आली एक सुंदर "कविता".

कविताही इतकी सुंदर,
इतकी कोमल आणि निरागस…
कि देवालाही आवरला नाही मोह, तिला उचलून कडेवर घेण्याचा …
कधी कधी एक कविताही पुरते, प्रसन्न करण्या त्या देवाला.

कवीला आशीर्वाद देत, देव म्हणाला ,
"तू होतास कवी,
म्हणून पदरी पडली एक ओवी ,
तू असतास गुंड वा मद्यपी,
नशिबी आली असती एक शिवी ."

देवाचे आभार मानून कवी वदला,
"अक्षरे तीच मात्र विचार भिन्न-भिन्न,

जरा तोल ढळता, होतो अर्थाचा अनर्थ.
अक्षरांचे शब्दही बनतात, अन बनतात अपशब्द,
कधी ती घडा-घडा बोलतात तर कधी होतात निःशब्द.

अक्षरे प्रेमाने उजळवतात, जीवनात असंख्य वाती,
तीच कधी मत्सर बनून येतात, अन तुटतात नाती .
विचारांचे सुंदर ओहोळ, कधी वाहतात होऊन सांडपाणी ,
कधी देतात हर्षवायू , तर कधी आणतात डोळ्यांत पांणी .

अक्षरे तीच मात्र आचरण निराळे, शिक्षण निराळे,
परिश्रम निराळे, वृत्ती निराळी आणि त्यांचे स्थानही निराळे.
ओंजळीत घेत अक्षरे दोन, हात जोडून कुणी म्हणतो 'राम ',
तीच अक्षरे पिस्तुलात ठासून, छातीवर झाडत कुणी म्हणतो 'मरा'.

अक्षरांना नाही कोणताच धर्म, ती पाळत नाहीत कोणतीच 'जात',
त्यांना नाही कोणत्या सीमा म्हणून शस्त्र घेऊन लढायला नाही ती जात.
हेवे दावे नाही कि नाही कुठलाच अहंकार, केलीच नाही कधी हिंसा,
पेरावी तशी उगवतात म्हणूनच त्यांना जगायला लागत नाही कधी पैसा.

अक्षरे असली जरी कवडीमोल ,
त्यांचे अर्थ आहेत कितीतरी अनमोल,
आपल्यासाठी पृथ्वी असेल नुसतीच गोल ,
पण अक्षरांना भासते ती कितीतरी खोल.

अक्षरांना जेव्हा प्रेम दिले तेव्हा ती माया करायला शिकली

एकीचे बळ मिळाले तेव्हा ती नाती जपायला शिकली ,

नंतर त्यांची ती आपसूकच जुळत गेली,

आणि मला एक सुंदर कविता सुचली !"

इतके म्हणून मी देवाचे मानले आभार अन मला जाग आली,

स्वप्नातच दीक्षा मिळाली अन लक्षात आले, झोपेत स्वप्न पाहिल्याची...

देवाने माझ्याहि पदरात टाकले आहे दान "अक्षरा" चे

जाणीव झाली मला, खऱ्या आयुष्यात मी देखील एक बाप असल्याची...

'कवीने माया दिली अक्षरांना एका बापाची...

आता हा बाप देईल माया 'अक्षरा'ला एका कवीची!'

२६. व्हाट्सअँप शिवाय तू

dp मधली तू,
जागची कधी हलत नाहीस...
भेटलो प्रत्यक्ष कि कशी,
एका जागी स्थिर बसत नाहीस...

कितीही धाडलेस selfies,
तरी मन माझं भरत नाही...
कुठल्याच फोटोमधे,
तुझ्या केसाची बट उडत नाही...

व्हाट्सअँप कॉल वर तासनतास,
बोलण्यात कसलीच मजा नाही...
दुरून दिसलीस जरी येताना,
तुझा चेहराच सारं सांगून जाई...

सतराशे साठ व्हाट्सअँप icon,
कुठला पाठवू समजत नाही...
तुझ्या कवेतला आनंद,
कुठल्याच 'smiley'त दिसत नाही...

व्हाट्सअँप अथवा इन्स्टा,
कशातच ती feeling नाही...
तुला एकदातरी पाहिल्याशिवाय,
काळजाचा ठोका चुकत नाही...

Status वरून व्हाट्सअँपच्या,
मनातले काहीच कळत नाही...
पाणावलेल्या डोळ्यात तुझ्या,
कुठलेच भाव लपत नाहीत...

२७. पुस्तकं प्रवास करतात

पुस्तकं प्रवास करतात, एका सच्च्या खऱ्याखुऱ्या वाचकाच्या शोधात...
ज्यांचं घडवायचं असतं आयुष्य त्यांच्या कुठूनही दृष्टीस पडतात...
कधी ती क्रॉसवर्डच्या शेल्फ वरून त्याच्याशी थेट भिडतात...
कधी त्याच्या वाढदिवसाला मित्राची भेटवस्तू बनून येतात...

पैसे मोजून त्यांना विकत घेणारच नसतो नेहमी त्यांचा आयुष्यभराचा साथी...
म्हणूनच अनाहुत घरी आलेल्या पाहुण्याच्याही ती सहज लागतात हाती...
कधी ती बस अथवा रिक्षाच्या सीट वर निपचित पडत स्वतःला हरवून घेतात...
तर कधी जुन्या पेपरच्या रद्दीत लपून घरातून पळ काढतात...

खरा वाचकही रद्दीच्या गठ्ठ्यातून त्यांना नेमका शोधून काढतो...
झालेच एखादे पुस्तक शहीद तर चण्याच्या पुडीवरूनही तो नव्या आवृत्तीचा माग काढतो...
पुस्तकाची पानं देखील भज्यांच्या तेलात होरपळत आपलं नाव सांगून अमर होतात...
तो दोन पावलं त्यांच्या दिशेनं चालला...की पुस्तकं ही त्याच्या दिशेनं दोन पावलं चालतात...

सगळीच पुस्तकं काही आयुष्य घडवत नसतात...

पण जी घडवतात...

त्यांच्याच तर आवृत्यांवर आवृत्या निघतात!...

खरंच पुस्तकं सतत प्रवास करतात...

एखाद्याचं आयुष्य घडवायला जगभर फिरतात!

२८. गावचं घर

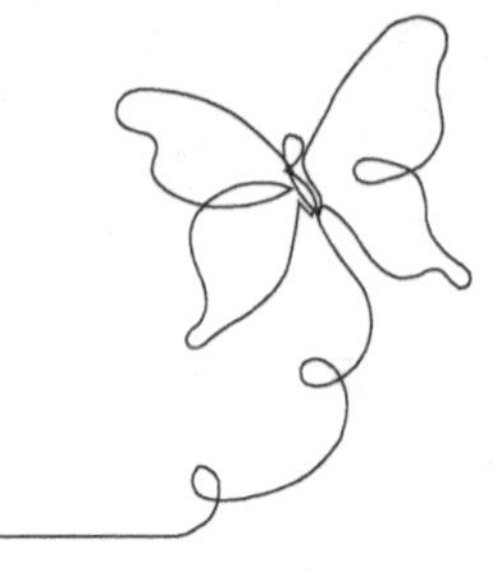

काहीतरी शोधायला म्हणून घराबाहेर पडतो...
सगळे मिळून शोधू म्हणत घरच्यांनाही सोबत घेतो
उन्हापासून स्वतःला वाचवत कधी आडोसा शोधतो...
कधी खूपच दमछाक होते अन तिथेच विसावा घेतो

जीवाची परवड होत असते तरी पुन्हा धाव घेतो...
पाठीवर संसार टाकून अक्षरशः मी रेटत नेतो
कीर्ती मिळते, प्रसिद्धी मिळते, पैसाही मिळतो...
तरीही कशाचा तरी मी सतत शोध घेत राहतो

आई बाप दमतात, त्यांना परत घरी सोडतो...
बायको पोरांसकट मी पुन्हा नवी वाट धरतो
मुलगा मधेच हात सोडून भलत्याच वाटेने जातो...
मुलीला सुरक्षित पाऊल वाटेने मग मीच पाठवतो

आता फक्त मी आणि हि एकमेकांना उरतो...
तरीही सतत कशाचातरी मागोवा घेतच असतो
संध्याकाळ होते सूर्य अस्ताला जाऊ पाहतो...
थकलेले आम्ही दोघे फिरुन गावच्या घराकडे वळतो

कुठलाच गर्व नसलेलं गावचं घर पुन्हा नव्याने पाहतो...
त्याच्या डोक्यावर कर्जाचा कुठलाच हफ्ता उरलेला नसतो
शहरात फ्लॅट्समधे मात्र आजही पैसा गुंतलेला असतो...
कित्येक फ्लॅट्सचा तर माझ्या पूर्ण पत्ताही लक्षात नसतो

गावचे घर मोडक्या उंबरासहित का होईना माझे स्वागतच करीत असतो...
इतकी वर्ष आलो नाही म्हणून त्याचा माझ्यावर मुळीच राग नसतो
घरच्या नात्यांचा सहवास आता पुन्हा हवाहवासा वाटतो...
सुट्ट्यांत रंगलेला पत्त्यांचा डाव चेहऱ्यावर जुनं हसू आणतो

माझ्या हसण्या-खिदळण्याच्या जागा तो आजही जाणून असतो...
माझा लपून हुंदके देण्याचा कोपराही तो विसरलेला नसतो
त्याचे आभार मानावे म्हणून मग शेवटलं सत्यनारायण घालतो...
ज्यासाठी या घराबाहेर पडलो त्याचा शोध मला त्याच घरामधे लागतो

२९. शिसपेन्सिल

कितीतरी वर्ष,
राग, असंतोष, संताप, भीती, द्वेष, मतभेद...

इतकेच नव्हे तर,
प्रेम, जिव्हाळा, मस्करी, निखळ हास्य, समाधान...

एका कोपऱ्यात बसून,
मी मुकाट जगत होतो...

व्रात्य पोर माझी,
ढुंगणाला पोचूक शिसपेन्सिल टोचून पळाली,
आणि ती घेऊन मी जगभर किंचाळत सुटलो!

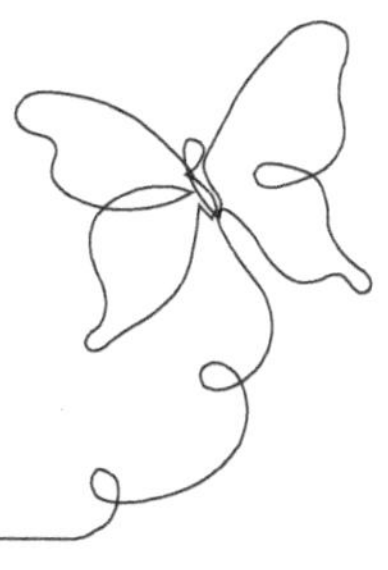

३०. एकटाच बसलोय

काळ्या-मिट्ट अंधारात, मिणमिणती बत्ती...
तरीही Beer बार मध्ये, जमली सगळी वस्ती

लपत-छपत जात मला, कोपऱ्यातली जागा पकडायची होती...
भीतभीतच शिरलो आत, मला थोडीशीच घ्यायची होती

आधी नुसतेच starter मागवून, खात्री करून घेतली...
आपल्या ओळखीची कुणी व्यक्ती, बारमधे नव्हती

उगीचच MENU चाळत मी, काही मिनिटे घालवली...
हळूच इशारा करत मग, मी पण एक बियर मागवली

कित्येक झिंगलेल्या टेबलांवर, एकच हशा पिकला होता...
कुठल्यातरी कोपऱ्यात कुणी, एकटाच टिकला होता

कुणी घालत होते हुज्जत, एकाने तर आदळलीच बाटली...
दारूड्यांच्या गराड्यात एकट्याने, माझी थोडी तरी फाटलीच

मागच्या टेबलावरल्या भांडणात, माझी खुर्ची जराशी सरकली...
इतक्यात पुढ्यात माझ्या बियर, ग्लासामध्ये फ़सफ़सली

डोळे मिटून शांतपणे, जेव्हा पहिला घोट गळी उतरवला...
दिवस भराचा शीण सारा, पार एका झटक्यात उतरला

घोटामागून घेतले घोट, चकण्याला होती शेंगदाण्याची पुडी...
कडक इस्त्रीच्या शर्टाला, आता पडायला लागली चुणी

भीती पुरती चेपली, करताच अख्खी बियर फस्त...
'वेटर, एक बोतल और लाव' मला वाटतंय आता मस्त

विमान उडाले पुरते हवेत, कानांना आता बसले दडे...
देवा शपथ सांगतो अशावेळेस, फोन नको लाऊस गडे

खुर्ची वरून उठत तिनदा, सारा बार भटकून मी आलो...
हमरीतुमरी च्या टेबलावर चक्क, settlement करून आलो

तसही, आख्खा खंबा रिचवल्या टेबलांना, काय लागतं भांडण मिटवायला...
क्लासिक माईल्ड दिली कि senti होत, समोरचाच लागतो रडायला

शेवटी वेटर बिल तरी आणतो, नाहीतर सगळ्या लाईटि घालवतो...
नाईलाजास्तव मग बियर बारचा मी, जड पावलांनी निरोप घेतो

डोळे ताणत, तोल सावरीत मग मी शोधत फिरतो माझीच वस्ती...
रस्त्यावरल्या मोकाट कुत्र्यांची, आता उरली नसते कसलीच धास्ती

बेल वाजवून दारावरची, मी तडक आत शिरतो...
खूप दमलोय म्हणत पाठमोरा, बिछान्यात जाऊन पडतो

दारूच्या नशेत का होईना, मी माझ्या भावविश्वात रमतो...
रोजच्या जगण्याचा प्रश्न निदान, आज रात्रीपुरता तरी संपतो

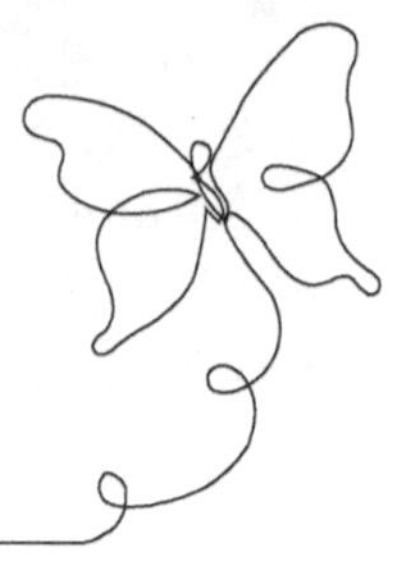

३१. पहाटेची रांगोळी

पांढरे ढग दबा धरून बसतात,
घेऊन हातात निळ्या रंगांची पुडी...
सूर्य दिसताच उधळत अख्खी पुडी,
सारे ढग घेतात त्यावर अल्गद उडी!

सूर्यहि मग सान्या ढगांना घालतो,
केशरी पिवळ्या रंगांनी आंघोळी...
आकाशात रोज नवी उमटते,
एक बिन ठिपक्यांची रांगोळी!

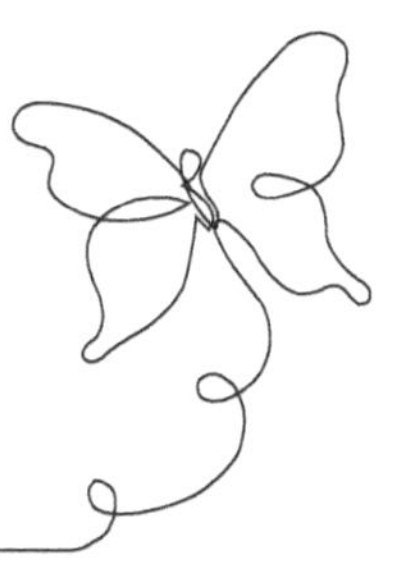

३२. सच्चा मित्र

तुझ्या असण्यातच एक हुरूप,
तू नसलास, तर मैफिल कुरूप
जादूच्या झप्पी सारखी मिळताच तुझी मिठी,
मनातल्या साऱ्या गोष्टी पटकन येतात ओठी!

आयुष्य कसे जगायचे,
हे तुझ्याकडूनच शिकायचे
क्षीण कंटाळा अन टेन्शन,
कसे क्षणात झटकून टाकायचे!

इतरांचं अधिकार गाजवणं,
कसं bossing वाटतं
तुझं तसं वागणं,
मात्र आपलंसं वाटतं!

इतरांचे साखरेत घोळलेले बोल,
जिव्हाळा देत नाहीत
तुझ्या चार थपडा खाल्या तरी,
त्याचं काहीच वाटत नाही!

सतत सुदामा समजून मला,
कृष्णासारखं प्रेम देत राहिलास
कितीही दूर गेलास तरी,
मनात घर करून राहिलास!

दूर असू वा जवळ,
सतत तुला आठवत राहीन
वाढदिवासाखेरीज तुला,
नेहमीच शुभेच्छा पाठवत जाईन!

जगायला काय लागतं?

एक कॉफी...

सकाळी भर पावसात, खिडकीतून बाहेर पहात हातात एक कॉफी वाफळलेली...

केस मोकळे सोडून ती, मांडीवर माझ्या डोकं ठेवून एक टक पहात बसलेली

जगायला काय लागतं?

एक कांदा भजी...

ताडपत्रीच्या आडोशाला, कढईत गरमागरम तेलात कांदाभजी तळलेली...

ताव मारत तिच्यावर खिदळत असलेली एक मैत्री, डाएटची पर्वा नसलेली

जगायला काय लागतं?

एक पुरणपोळी...

ज्या दिवशी असतील थोडे अधिक पैसे, पुरणाची पोळी करू तुपात घोळलेली...

तोच खरा दिवाळसण माझा जेव्हा घरातल्यांची एकत्र, पंगत असते बसलेली

जगायला काय लागतं?

एक पापड...

डाळ भात खाण्यासाठी पापड हातात घेत मुलगी माझी, नाचत राहते घरभर खुळी...

ऑफिसातून उशिरा घरी येताच पाहतो मी तिला, पापड हातात ठेवून वाट पाहत निजलेली

३४. मला उद्ध्वस्त व्हायचंय

मला उद्ध्वस्त व्हायचंय...
२७ व्या मजल्यावरून खाली उडी टाकून,
किंचाळत,
धाड्कन जमिनीवर आपटायचंय

काही गोष्टी जन्मतःच लाभल्या,
काही हळूहळू मिळवत गेलो...
आज एक जुगार खेळून,
जे आहे नाही ते सारं गमावायचंय

शाळेत दरवर्षी पास झालो,
आज नापास होऊन पाहायचंय...
एक दिवस सकाळी जाऊन,
स्वतःच स्वतःला कामावरून काढायचंय

रहायला फ्लॅट, फिरायला कार,
जगायला पैसा, मेल्यावर इन्शुरन्स...
स्वतःभोवतीचं हे कवच,
एखादं अंड फुटावं इतक्या सहज फोडायचंय

खिशातलं पाकीट, आतले क्रेडिट कार्ड्स,
सारं सारं नेऊन समुद्रात फेकायचंय...
अनवाणी पावलांनी किनाऱ्यावर,
उद्ध्वस्त होऊन दगडीवर बसायचंय

नाती, प्रसिद्धी, पैसा आणि नशीब,
यांच्या जीवावर उडल्यावर...
माझ्यात उरलेल्या केवळ मला,
याहून वेगळं काही जमतंय का ते पाहायचंय

३५. दिवाळसण

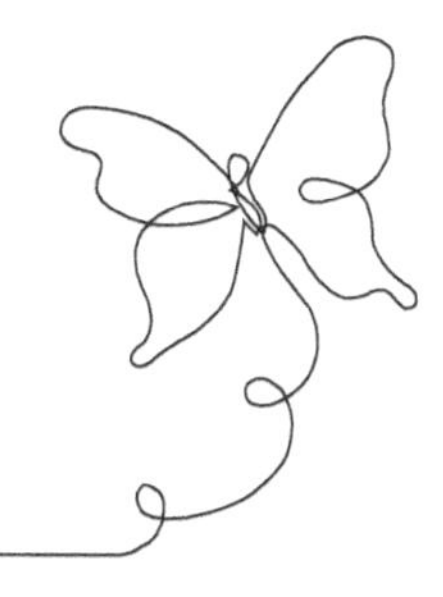

पहाटेचा गजर, मुलांचा डबा...७:१८ ची लोकल, ऑफिसची धावपळ...

Saturday ला outing ठरलेली, संडेचं काय? मॉलमधे जाऊ चल...

झोपा आता लवकर, उद्या पुन्हा ऑफिसला जायचंय...

तारेवरची कसरत, सततची तारांबळ...

अशावेळी विसाव्याचा घेऊन येतो एक क्षण... माझा दिवाळसण।।

साफसफाईच्या निमित्ताने, भेटते मग अडगळ...

जुन्या आठवणी ताज्या होतात, दूर होते मरगळ...

शहारून येते अंग, लावता सुगंधी उटणं...

स्थिरावते मन, नाही नेहमीचं पळत सुटणं...

भिंतींना कोणता, लावला होता रंग, सांगत सुटतो एकच सण... माझा दिवाळसण।।

LED च्या युगात, तो पणतीची आठवण करतो...

तेल घालून डोळ्यात, मग मी कापसाची वात मळतो...

जिथे चालत नाही क्रेडिट कार्ड, असा लक्ष्मीपूजनाचा घाट घालतो...

कित्येक दिवसांनी मी, नोटांना हात लावतो...

सारं निराळंच पण... माझा दिवाळसण।।

जुन्या contact लिस्टवर, बोटे नकळत पडतात...
माझी पावले आपसूकच, मित्रांच्या घराकडे वळतात...
भाऊबीजेच्या निमित्ताने, सारे नातेवाईक भेटतात...
बायका मुलांशिवाय इतरहि कुणी आपले असतात...
आठवून जातो एक एक जण... माझा दिवाळसण ।।

फ्लॅटलाही असते एक छोटे अंगण, सांगून जातो... माझा दिवाळसण
शेजारीही कुणीतरी राहते, दार ठोठावून सांगतो... माझा दिवाळसण
बंगला आणि झोपडी, दोन्ही सारख्याच उजळून जातो... माझा दिवाळसण
दुःखातही हसायला लावतो, माझ्या जगण्याचं वंगण... माझा दिवाळसण ।।

३६. अव्यक्त

ना माझ्या बोलण्यातून कधी आलं...
ना तुझ्या नजरेतून कधी जाणवलं...

आयुष्यभर तूही उरात ठेवलंस...
आणि मलाही झुरत ठेवलंस...

शब्दात सांगता न येणाऱ्या तुझ्या व्यथांना मी कसं लिहावं...
तुझ्या चेहऱ्यावरील मुक्या भावनांना मी तरी कसं ऐकावं...

कदाचित तुला असं काही वाटलंच नसावं...
अन मला मात्र उगीचच तसं वाटलं असावं...

सारी वादळं शमल्यावर, उभं आत्मवृत्त छापलं...
तुला रुचेल न-रुचेल म्हणून तुझं नाव नाही घातलं...

हसावं, रडावं, प्रसंगी समुद्रा काठी उभं राहून नुसतं किंचाळावं...
शब्दांनी नाही निदान स्पर्शानं का होईना, पण एकदा तरी व्यक्त व्हावं...

३७. आतल्या आत

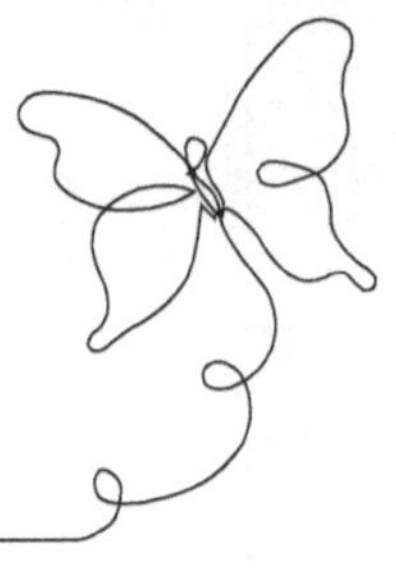

एक मित्र माझा, हरवलेला...
आतल्या आतच रमलेला...
कुठलेही बंधन नसलेला...
परी सभोवताल न रुचलेला

पटतंय स्वतःला रोज वेळ द्यावा थोडा...
एकांतात स्वतःशीच बोलावं घडाघडा...
तो त्याही पुढे जाऊन अडकून पडला...
रात्रीच्या काजव्यांनाच सूर्य समजून बसला

आरसा हेच माझे विश्व, सेल्फी हेच सर्वस्व...
मीच रुसतो माझ्यावर, स्वतालाच स्वतःचा गर्व...
एका काळोख्या खोलीत, कोंडून सरले एक पर्व...
आता प्रखर उन्हात फिरला तरी अंधारलेले सर्व...

विचारल्यावर असतो एक, तक्रार नेहमी गात...
धरली ज्यांची आस त्यांनी, दिली नाही साथ...
एकाकी मी, आता मलाच सोडून नाही जात...
माझेच मला आता, कापता येत नाहीत हात...

विहिरीच्या तळाशी अडकून पडलाय जीव...
कासावीस पाहून तुला, करावीशी वाटतेय कीव...
पोहशील तेव्हाच या साऱ्यातून तरून पार होशील...
नाहीतर बुडून मेल्यावरच फुगून वर येशील...

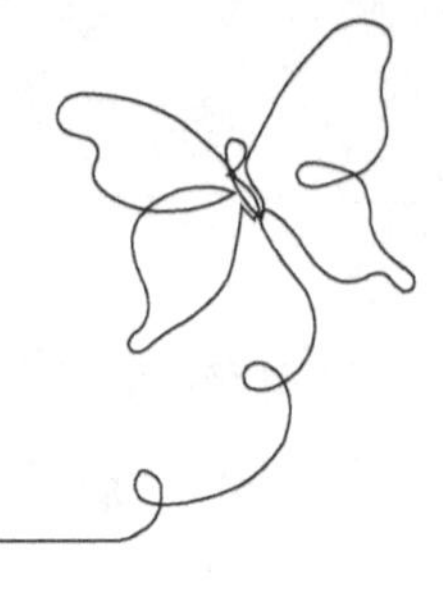

३८. शोभेची बाहुली

घसरण्या आधीच कळलं असतं,

की पुढे निसरडं झालंय...

तर किती बरं झालं असतं...

खड्ड्यात पडण्या आधीच समजलं असतं,

की पुढे खणून ठेवलंय...

तर किती बरं झालं असतं...

भांडण होण्या आधीच जर कळलं असतं,

की तुला राग येतोय...

तर किती बरं झालं असतं...

तुला रडू कोसळण्या आधीच उमजलं असतं,

की तू दुखवलियेस...

तर किती बरं झालं असतं...

आजार होण्याआधीच कळलं असतं,

की जंतू शरीरात शिरलेत...

तर किती बरं झालं असतं...

अपघात होण्याआधीच जर कळलं असतं,

की पुढे जिवाला धोका आहे...

तर किती बरं झालं असतं...

पण या जर तर पैकी,

काही एक आधी कळायचं नव्हतं...

नुसतीच एक शोभिवंत मूर्ती होऊन,

मला आयुष्यभर खितपत पडायचं नव्हतं...

कारण, त्या वेदना, अवहेलना,

तो मत्सर, ती कळकळ, ती तळमळ

जीवाची घालमेल, ते दुःख, ते आनंदाश्रु...

तो रुसवा, अन् फुगवा, ती माफी, अन् समजूत...

तो अल्लडपणा, तो पोक्तपणा, तो राकट चेहरा...

ती शिकवण, ती शिवण ती दुर्दशा, पुन्हा उसवण...

ते यश, ते अपयश, ते पाप ते पुण्य, ते समाधान...

ते प्रयत्न, तो आटापिटा, ती मोहमाया अन् आभाळमाया...

ती झुंज, तो लढा, ती हतबलता आणि अंतिम मोक्ष...

हे सगळं माझ्यात कोठून आलं असतं?

३९. आराम

निवांत साठलेल्या पाण्यात,
शेवाळ जमलंय...

पडलेल्या वस्तूच कालांतराने,
विघटन घडलंय...

कलंडलेल्या माझ्या सायकलला,
धुळीने घेरलंय...

आरामात चाललेल्या आयुष्यात,
कधी कुणाचं चांगलं झालंय?

४०. लग्नानंतरचा व्हॅलेंन्टाईन

तू का हल्ली येत नाहीस?
किती दिवस झाले भेटली नाहीस,
समुद्र किनारी खुदूकन हसली नाहीस...
माझ्या बायकोवर रुसली तर नाहीस?

अगं सकाळी असते बायकोची डब्याची घाई,
दुपारी असते तिच्या मुलीची आंघोळीची पाळी...
संध्याकाळी जेवण बनवण्यातून तिची सुटका नाही,
बायको घरात नसताना भेटण्यावाचून पर्याय नाही

सुट्टीच्या दिवशी किचनमध्ये तू पाठमोरी दिसतेस,
आंघोळीनंतर खिडकीत मग केस पुसत असतेस...
तुझ्या जवळ येताच माझ्या बायकोला पाहून लाजतेस,
मुलीचा आवाज ऐकताच मला टाकून पळ काढतेस

रात्री दमून भागून जेव्हा तू बिछान्यावर पडतेस,
कुशीत बाळ घेऊन एका आईसारखी निजतेस...
शाश्वत अशी तू केवळ स्वप्नांमध्ये भेटतेस,
पौर्णिमेच्या रात्री दूर चांदण्यात दिसतेस

लग्नानंतरही भेटता यावं अशी एक दिवसाची सोय,
कुणीतरीआधीच केलेली दिसतेय...
Valentine's च्या निमित्ताने आज तरी,
सांग किती वाजता भेटतेस?

४१. Autumn Falls ची पाने

ऑफिसात जातानाही पाने गळतात...

परतून माघारी येतानाही पाने गळतात...

पिकून पिवळीजर्द झालेली काही,

झाडांवरच सळसळतात...

खाली पडून सुकली तरी,

पावलांखाली चित्कारतात...

तपकिरी पिवळ्या रंगांनी टवटवीत रस्ता सजलेला...

फुलांनाही लाजवेल असा पानांचा सडा पडलेला...

सुकलेल्या वृक्षाच्या देहाभोवती,

एक सुरेख रांगोळी रचलेली...

स्वतःनेच स्वतःला वाहिलेली जणू

एक भावपूर्ण श्रद्धांजली...

येणाऱ्या जाणाऱ्यांची छाप सोडून जाणारी पाने...
मोटार गाड्यांच्या मागे सुसाट धावत सुटणारी पाने...
लहानग्यांना खेळता-खेळता हळूच कवेत घेणारी पाने...
रोमँटिक जोडप्यांच्या प्रेमात अलगद बरसणारी पाने...
नानाविधी रंगांच्या छटा, या पानांना कोण लावतात?
चिरंतन पडणारी पाने झाडे कुठून आणतात?

जमिनीवर कोसळून नष्ट होतानाही जी मनाला भावतात,
कदाचित त्यांनाच Autumn Falls ची पाने म्हणतात...

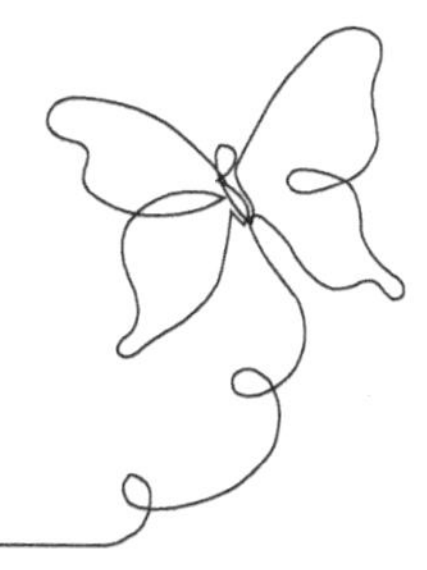

४२. अपुरा

वाटलं आवडेल तिला म्हणून झरझर टाकलं लिहून,
म्हटलं वाचताच जाईल ती भारावून...

मात्र, "तुझ्याकडून तरी हे असलं अपेक्षित नव्हतं" असं म्हणून,
ती गेली स्वयंपाकघरात निघून...

किती अपुरा पडतो मी,
नुसत्या कल्पनेतला एक क्षणभर कवी बनून...

कसे होणार माझे,
प्रत्यक्षात एक आयुष्यभराचा जोडीदार म्हणून...

४३. आपले

कधी कधी...

आपले सख्खे...

आपले रक्ताचे...

आपल्या शेजारचे...

आपल्या लहानपणीचे...

आपले अगदी जवळचे...

आपल्या खास ओळखीचे...

आपली मुले...आपल्या सूना...

आपली नातवंडे, आपले कुटुंब...

आपले नातेवाईक, आपले सोयरिक...

या आपलेपणात एक अबोल घुसमट असते...

मैत्रीत ती तशी कधीच नसते...

ओळखी, नाती आणि पाहुणचार जपण्यापेक्षा...

प्रत्येकाशी एक स्वच्छ, नितळ मैत्री जपूया का प्लिज?

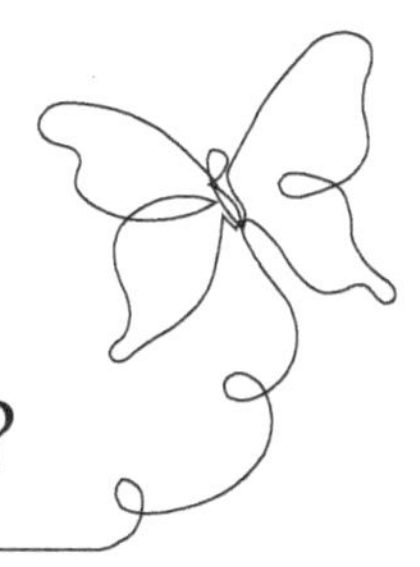

४४. असं कसं चालणार?

मी थोडी शायनिंग मारणार

तू लगेच माझ्यावर भाळणार

असं कसं चालणार? ...

तू लाईन दिली नाहीस म्हणून माझे मित्र माझ्यावर कसे हसणार?

भर पावसात तू रेनकोट विसरणार

नेमका तुला मीच छत्रीसहित भेटणार

असं कसं चालणार? ...

कुण्या भलत्याच मुलाच्या छत्रीत तुला पाठमोरी चालताना पाहून माझे आभाळ
कसे फाटणार ?

तू बसस्टॅन्ड वर उभी असणार

मी त्याच रस्त्याने बाईक वरून येणार

तू मैत्रिणींसमोर थोडी लाजणार

पण शेवटी मागच्या सीटवर हळूच येऊन बसणार

असं कसं चालणार? ...

मला तिथेच उभा ठेऊन तू मैत्रिणींसोबत बसमधल्या भर गर्दीत माझी खिल्ली
कशी उडवणार?

शेवटी मनातले भाव ओठांवर येणार
मी तुला 'आय लव्ह यू' म्हणणार
तू गालातल्या गालात हसणार
आणि आपण प्रेमात पडणार
असं कसं चालणार? ...
तुझ्या नकाराने उध्वस्त होऊन समुद्राच्या लाटेसोबत तासनतास हुंदके देत मी
कसा बसणार?

तुझ्या घरच्यांकडे मी तुझा हात मागणार
तुझे बाबाही लगेच संमती देणार
आपले लग्न लागणार
आणि आपला संसार सुखाचा होणार
असं कसं चालणार? ...
तुझ्या विरहात झुरून कित्येक रात्री घालवल्याशिवाय मी प्रेमकवी कसा
होणार?

४७. जगणं

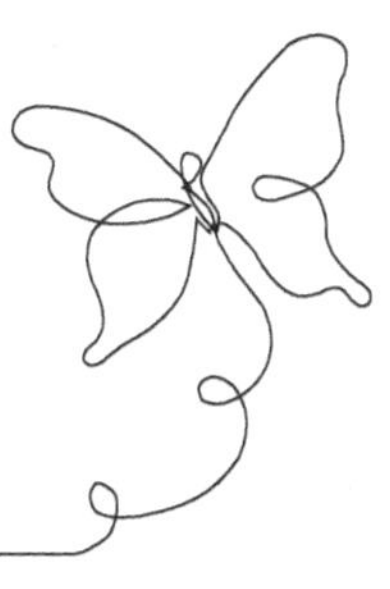

तुझं जगणं म्हणजे,
वाट फुटेल तिथं धावत सुटणं...
माझं जगणं म्हणजे,
सतत कशाचीतरी वाट बघणं...

तुझं जगणं म्हणजे,
स्वतःच स्वतःची पाऊल वाट आखणं...
माझं जगणं म्हणजे,
कुणीतरी आखलेल्या रेषेवर स्वतःला रेटणं...

तुझं जगणं म्हणजे,
हवं तेव्हा थांबणं, हवं तेव्हा पळणं...
माझं जगणं म्हणजे,
घड्याळातल्या काट्यांची वेळ पाळणं...

तुझं जगणं म्हणजे,
भारावून जाणं, हरखून जाणं...
माझं जगणं म्हणजे,
जखडून जाणं, गुरफटून जाणं...

तुझं जगणं म्हणजे,
लहानातला लहान क्षण देखील अनुभवणं...
माझं जगणं म्हणजे,
कवडी कवडीचा हिशोब ठेवत तिजोरी भरणं...

तुझं जगणं म्हणजे,
कुठल्याही तालावर थिरकणं...
माझं जगणं म्हणजे,
हमखास कंबर लचकणं...

तुझं जगणं म्हणजे,
मरतानाही चेहऱ्यावर समाधान असणं...
माझं जगणं म्हणजे,
जगण्याला कायमचं एक सुतक लागणं...

तुझं जगणं, ते खरं जगणं...
माझं जगणं, हे तर रोजच मरणं...

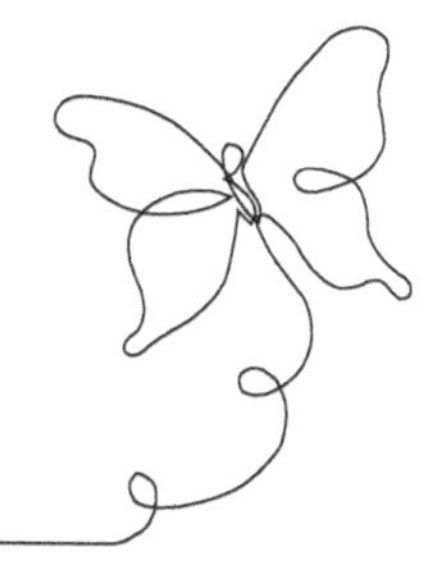

४६. देव-दर्शन

तो आणि मी,आम्ही दोघंही मंदिरात जातो...
तो आधी जातो, परिसर स्वच्छ करतो, मग मी जातो...

चपलेच्या स्टँड जवळ, तो बायकोला ड्युटी लावून जातो...
मग मी येतो, साऱ्या फॅमिलीच्या चपलांचा ढीग रचून जातो...

मी धक्का-बुक्की करून दर्शनाच्या रांगेत पुढे सरकू पाहतो...
मग तो येतो, दोरखंडाने एक नागमोडी रांग बनवून शिस्त लावून जातो...

रेटारेटी करत, मी देवसदृश्य सौंदर्याला हारा-नारळाने खो देऊन जातो...
चढाओढीच्या शर्यतीत, देवाच्या पायाजवळ डोकं टेकता-टेकता राहून जातो...

बाहेर येऊन पाहिले तर त्याचा बाप सुकलेल्या हारांची रास पोत्यात भरत
असतो...
अन त्याची माय तुळशी वृंदावनापाशी, माझ्या अगरबत्यांची राख गोळा करत
असते...

मंदिराच्या आवारात, माझी मुलगी lays च्या पाकिटातले चिप्स सांडवत
फिरते...
त्याची मुलगी, माझ्या मुलीने सांडलेल्या चिप्सकडे, आशाळभूतपणे पहात
असते...

घरी जाऊन मी, सेल्फ्या अपलोड करून इंस्टाग्राम सजवत राहतो...
तो, अजूनही मंदिराच्या चोंदलेल्या नाल्याची सफाई करत बसलेला असतो...

देवदर्शनाचा अट्टाहास करून, भंडाऱ्यात मी सगळ्यात आधी जेवून जातो....
भाविक गेले कि तो, मंदिराचा परिसर स्वच्छ करून सारे पूर्ववत करून जातो...

मी अर्धवट खाऊन उरलेला प्रसाद तो घरच्यांसाठी जेवण म्हणून घेऊन जातो...
मी प्रसादात आणलेला शिरा मात्र, आठ दिवस तसाच फ्रिजमध्ये पडून
असतो...

इतके नवस केले तरी, देव नेहमीच पार्सिलिटी करतो...
मला डावलून तो त्याच्याच पदरात, मुलगा टाकतो...

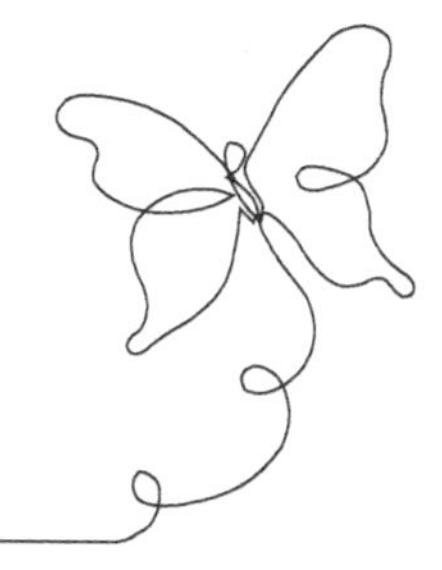

४७. फोटोग्राफी

मी एक object आहे, आणि हा समाज एक फोटोग्राफर...
एकदा आरशात पाहून घेतो, मग त्याच्यासमोर होतो सादर...
त्याच्या भीतीने जिथे तिथे मी, मेकअप करून जाई...
स्क्रिप्टेट आयुष्य सारे, जणू पोर्ट्रेट फोटोग्राफी...

सतत माझ्यावरती तो फोकस ठेऊन असतो...
जरा वेगळे वागलो कि लगेच फोटो काढतो...
मैत्रिणीला बागेत मी हळूच चोरून भेटतो...
तो रस्त्यात भेटला कि, ही माझी बहीण असं सांगतो...

नातेवाईकांच्या लग्नात हा माझेच फोटो काढतो...
वयात आलेल्या मुलीच्या आईला एक प्रत पाठवतो...
घरी येऊन बाबांना, माझ्या बहिणींच्या कहाण्या ऐकवतो...
नकोनको ते उगीच आईच्या, डोक्यात भरवून जातो...

माझ्या मुलाच्या वाढदिवसाचे फोटो हाच काढतो...
मूल झाले नाही कि, सोनोग्राफीचे रिपोर्ट हि तोच आणतो...
मूल होत नाही तेव्हा, एखादे निराधार पोर मी दत्तक आणतो...
तर तो त्याच्याही बारशाचे फोटो सेशन करतो...

पोरगं माझं नापास झालं कि त्याचं प्रगतीपुस्तक हा display ला ठेवतो...
मुलीला बॉयफ्रेंड असला तर दोघांचे फोटो चक्क page3 वर छापतो...
तिने पळून लग्न केले कि हा, marriage कोर्टाबाहेर माझं मोठ्ठ होर्डिंग टांगतो...
सगळं सुरळीत असलं तरी, खिडकी बाहेर येऊन CCTV लावून जातो...

म्हणून मी खिशामधे एक फेसपॅक नेहमी बाळगून असतो...
तो दिसला कि चेहरा धुवून त्यावर एक खोटं फौंडेशन लावतो...
तरीही काहीतरी भानगड असल्याचा, त्याला लगेच संशय येतो...
पुढल्यावेळी मग मी तोंडाला सरळ, मास्क लावून जातो...

पण कितीदिवस जगणार असं पोर्टफोलिओचं आयुष्य विचित्र?...
एक फोटोग्राफर ठरवेल का, कसं असेल तुझ्या आयुष्याचं चित्र?

फ्लॅशची आस न धरता, जगून बघ एकदा wildlife फोटोग्राफीचं आयुष्य
स्वतःसाठी...
साऱ्या जगाचे कॅमेरे तासनतास ताटकळत बसतील, तुझी एक छबी
टिपण्यासाठी!

४८. मोहिनी

इतकं प्रेम करतोस माझ्यावर,
असं काय पाहिलंस माझ्यात?

तुझे डोळे...
पहिल्यांदा जेव्हा तुझ्या डोळ्यांत पाहिलं ना,
तेव्हाच उमगलं...
RayBan चे ग्लासेस वापरतेस तू...

तुझा कापसासारखा मऊ हात हातात घेतला ना,
तेव्हा समजलं...
Jacob च्या घड्याळाची इतकी क्रेझ का आहे ते...

तुझे वाऱ्यासवे उडणारे केस जेव्हा तू कानामागे घेतेस ना,
किती छान दिसतेस...
अगदी तुझ्या कानातल्या De Beers च्या मोत्यांसारखी...

तुला कवेत घेताच,
मोहून टाकणारा तो Armani चा सुगंध...
आणि तुझ्या गुलाबी ओठांच्या वर,
L'OREAL kohl ने काढलेला इवलासा तीळ...

तुझ्या सौंदर्याची विविध रूपं, साऱ्या दुनियेला मोहिनी घालतात...
रुपड्याच्या ह्या बाजारात भावनांनाहि आजकाल, लेबलं लावतात!

 # सप्तपदी

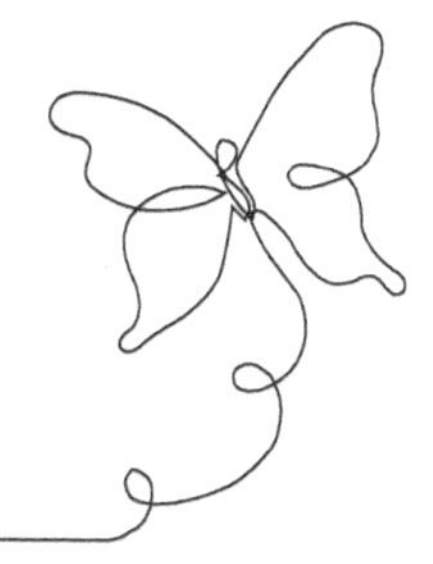

नववधू प्रिया मी बावरते, पाऊल नखाशी घुटमळते ।
मग हाती पाहूनी हात तुझा, मी सप्तपदी हि प्रारंभते ॥

आयुष्यातील वळण नवे, ह्या वळणावरती अडखळते ।
घेत तुझा 'आधार' नवा, मी पहिले पाऊल उचलते ॥

हे पर्व नवे, प्रवास नवा हा, कुणी प्रवाशी मी शोधिते ।
'मैत्री'चा घेत हाथ तुझा, मी दुसरे पाऊल आरंभते ॥

नसता मी घरी होईल का कुणी कासावीस, ते मी आठविते ।
'घेशील ना काळजी माझी' हे वचन घेत मी, तिसरे पाऊल ठेविते ॥

रात्री उशिरा येताना घरी, कधी चुकेल बस अन, भर पावसात मी सापडते ।
नसेल चार्जिंग, पण असेल ना विश्वास? विचारीत तुला मी, चौथे पाऊल टाकते ॥

कितीही केले कष्ट, वेचले जीवन, तरी हे जग कस्पटासमान वागवते ।
थोडी 'कदर' अन थोडा 'आदर' मागत तुला मी, पाचवे पाऊल उमटवते ॥

माझ्याही हातून कधी घडतील चुका, त्यांची देत कबुली मी वरमते ।
तुही मोठया मनाने मग करशील ना 'क्षमा', सहावे पद हे डळमळते ॥

पिंजऱ्यातील पक्षाला जरी टाकले दाणे, जीवन त्यांचे किती कोंदट ते ।
टाकत पाऊल 'स्वातंत्र्याचे' घेत भरारी तुझ्यासवे, हि सप्तपदी मी संपवते ॥

प्रेम-प्रेम म्हणजे काय असते, ते नाही दिलेस परी, हि सप्तपदीच उरी साठवते ।
'आधार, मैत्री, काळजी, विश्वास, आदर, क्षमा नि स्वातंत्र्य', याहून वेगळे प्रेम
ते काय असते ॥

७०. फिरंगी

तू गोरा... मी काळा...

तू सुटा-बुटात... मी गबाळा...

बाहेरून तू निराळा... मी हि निराळा...

पण आत माणूसच... तळाला...

ट्रेन माझी हि चुकते... अन तुझी हि...

सर्दी मला हि होते... अन तुलाही...

BEER चढते मलाही... आणि तुलाही...

सुंदर मुलगी दिसताच, वळते मान माझीही... अन तुझीही...

उच्चार नाहीत कळत तुझे मला... अन माझे तुलाही...

अळणी जेवण तुझे रुचत नाही मला... आणि माझे तिखट तुलाही...

नवीन चप्पल टोचते माझ्या पायाला... अन बूट तुझ्याही...

ओठावर हसू आणि मनात मात्र सल तीच... माझ्याही अन तुझ्याही...

फॅमिली तुलाही... अन कुटुंब मलाही...

मला मूल लग्नानंतर... तर तुला लग्नाआधी...

तुझ्या pram मधली बेबी हसते माझ्याकडे पाहून...

अन माझ्या कडेवरचं पोर तुला पाहून...

फॅमिली पासून दूर, चुकचुकल्यासारखे वाटते तुलाही... अन मलाही...

फिरंगी म्हणून तू नाहीस कुणी वेगळा...

आणि Indian म्हणून नाही मी हि जगावेगळा...

तू जरी असलास पाण्यातला बगळा आणि मी फांदीवरला कावळा...

तुझ्यातला जंटलमन अन माझ्यातला माणूसच भावला दोघांना!

७१. कोरोनाला टाळा

असेल नाव जरी सोनुबाई,
वा हाती कथलाचा वाळा ।
तरी सुरक्षित अंतर पाळा,
अन या कोरोनाला टाळा ॥

गरज असेल तेव्हाच पडा बाहेर,
घराला लावून टाळा ।
बाहेर पडल्यावर, तोंडावरल्या मास्कशी,
करू नका चाळा ॥

हात धुताना २० सेकंदाची,
वेळ चोख पाळा ।
अन्यथा कोरोनाला तुमचा,
लागलाच समजा लळा ॥

गुरं ढोरं पाळा, कुत्रा पाळा, मांजर पाळा,
हवं तर एखादं गाढव पाळा ।
पण ब्रेकिंग न्यूज अन व्हाट्सअँप पाहणं,
तेवढं मात्र टाळा ॥

"कोरोना माझ्या केसालाही धक्का लावू शकत नाही",
हा फाजील आत्मविश्वास टाळा ।
"साऱ्या विश्वाच्या नरडीचा घोट घेईल का हा कोरोना?"
ही अवास्तव भीती देखील टाळा ॥

जात-पात, धर्म, अन ते राजकारण पहिलं टाळा ।
फक्त आणि फक्त 'मानवजात' पाळा, 'मानवजात' पाळा ॥
प्रत्यक्ष भेटीगाठींना जरी आता सरकारने घातलाय आळा ।
मनात मात्र राहू दे, तोच पूर्वीचा जिव्हाळा, तोच पूर्वीचा जिव्हाळा ॥

७२. आवर्तन

पंचवीस वर्ष झाली शाळेला,
सरले एक पर्व अन् त्याहूनही कैक वर्ष...
आयुष्याची आकडेमोड झाल्यावर,
शाळेतल्या मैत्रीची ओढ लागली आकर्श...

निर्मळ, निरागस, कधी बालिश अशी,
शाळेच्या बाकावरली ती कट्टी अन् बट्टी...
रहाटगाडे ओढताना वाटले,
संसारातहि मिळावी एखादी मधली सुट्टी...

योग जुळून आला,
घातली मित्रांनी साद बऱ्याच वर्षांनी...
रविवारच्या मुहूर्तावर,
भेटायचा घाट घातलाय पठ्ठ्यांनी...

भेटू पुन्हा एकदा,
अनुभवू प्रत्येकात घडलेले अद्वितीय परिवर्तन...
रियुनियनच्या निमित्ताने,
पूर्ण होवू घातलंय एक शालेय जीवनाचं आवर्तन...

कुणी राहील अलिप्,

कुणी बोलतच राहील घडाघडा...

जखम वाहू लागल्यागत,

कुणी लगेच नाही होणार मोकळं भडाभडा...

जरी केले कितीही देशाटन,

घेत उंच भराऱ्या जरी केले जगभर परिभ्रमण...

ही आवर्तने होतच राहुदेत,

ती देतील शाळेतल्या घट्ट मैत्रीचं सततचे स्मरण...

तुझी कहाणी ऐकून,

कदाचित माझ्यातही होईल काही परिवर्तन...

तुमच्याकडून काही शिकलो,

तर सार्थकी लागेल हे, शालेय जीवनाचे आवर्तन...

७३. क्षण

ते क्षण...
इतके हळवे...
इतके नाजूक...
तरी तुझी आठवण येताच...
उठते छातीत एक कळ...

त्या समुद्र किनारी...
संथ प्रवाह...
निरव शांतता...
धुंद सायंकाळ...
पण तुझा हात हातात घेताच...
मनात उसळतात उंच लाटा...

त्या झाडाखाली...
तुझ्या डोळ्यांत...
प्रेमळ जिव्हाळा...
अन मायेची साऊली...
तरी तुला कवेत घेताच...
होतो विजांचा कडकडाट...

या जन्मी,
आजार नाही...
अपघात नाही...
कि नाही कुठलाच फास...
प्राण शोषिल कदाचित...
आठवणीतला क्षण एखादा खास...

७४. आकर्षण

शाळेत काय माहित होतं,
हे शेंबडं पोर पुढं जाऊन डॉक्टर होईल...

कुणाला वाटलं होतं तो,
चड्डीची शिलाई उसवलेला उद्या इंजिनिअर होईल...

मी दोन्ही हात सोडून,
सायकल चालवणाऱ्या झिपऱ्यावर भाळले...

थोडे थांबायला पाहिजे होतं,
हे मला जरा उशिरानेच कळले...

५५. विषय

तो थोडं काही झालं कि,
माझ्याकडे येतो...

कधी घरचा,
कधी बाहेरचा मॅटर असतो...

चल एक-एक बिअर घेऊ म्हणत,
बार मधे नेतो...

घरी जाताना मला,
नव्या कवितेचा विषय देऊन जातो...

७६. शिस्त

आमची अहो,
"अहो, स्वतःकडे पहा जरा...
ते पोट पहा किती सुटलंय
केसांचही काही खरं नाही
उद्यापासून लवकर उठून,
नियमित व्यायाम चालू करा...
योग्यासारखा आहार घ्या आणि
रात्री वेळेवर झोपत चला!"

मी म्हटले,
"अशी कोड्यात का बोलतेस?
सरळ सांगना तुमच्यातल्या कवीचा खून करा म्हणून..."

२ मिनिटे मौन पाळल्यासारखी शांतता...

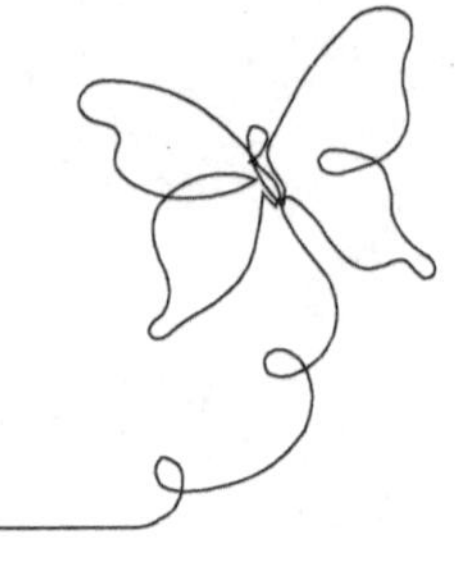

५७. मोबाईल पत्र

कितीतरी वर्षांनंतर...
पोस्टाने एक पत्र पाठवले तिला...

त्यात पाठवला होता...
मोबाईल माझ्या खिशातला...

ज्यात लिहिला होता...
मेसेज माझ्या मनातला...

जीवाला नुसता घोर लागून राहिला...
तिचा रिप्लाय मिळायला!

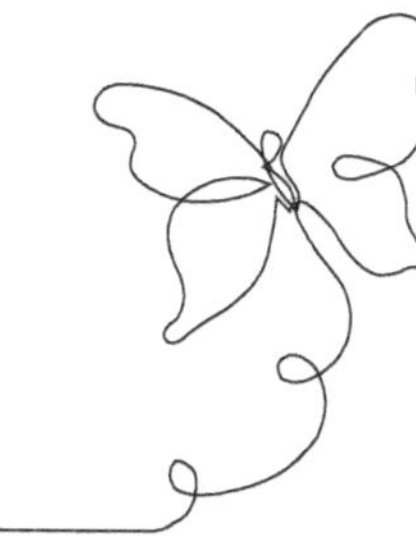

७८. कवितेला भेटलो

रात्री गप्पांच्या मैफलीत कितीतरी वेळ बसलो...
म्हणून सकाळी जरा उशिरानेच उठलो...

चट्कन आंघोळ करून ऑफिसला जाऊ म्हणत,
हातात ब्रश घेतला...

कळलेच नाही कधी, माझी नजर चुकवून,
रूममेट बाथरूमात शिरला...

वेळेत ऑफिसला जाण्याची आशाच सोडून बसलो...
ब्रश हातात तसाच अन जाऊन कवितेला भेटलो...

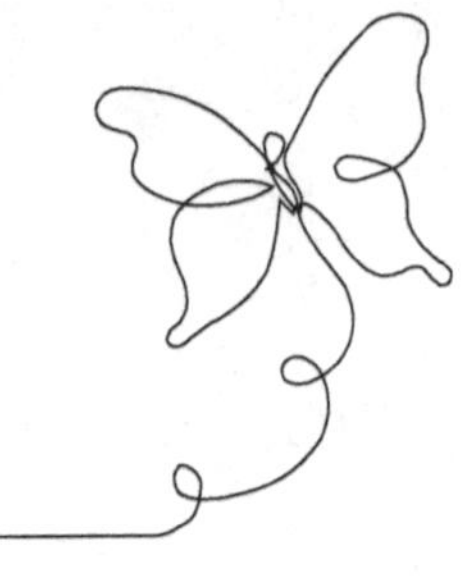

५९. शून्य

शून्यातही,
जगता आले पाहिजे ...

शून्याचाहि,
आनंद लुटता आला पाहिजे ...

मग चिंताच नसते,
न-कमावलेल्या चैनीची...

आणि पर्वा हि नसते,
आनंद लुटण्या गमावलेल्या पैशाची...

धाडसच होईना मला

प्रिंटर शेजारी जेव्हा पाहिलं तुला पहिल्यांदा,

काळीज माझं धडधडलं कित्यांदा।

तसं ते नेहमीच धडधडतं,

पण आज तुला पाहताच ते जीवानिशी तडफडलं।।

पण कोण जाणे, काय झालंय या काळजाला... धाडसच होईना मला!

प्रिंटरच्या आडून दिसलेले तुझं पहिलं रूप,

म्हणजे वसंत ऋतूची रम्य पहाट।

अन झगमगाट करीत येणाऱ्या प्रिंटरच्या पानांचा लूप,

म्हणजे वाहत्या झऱ्याचा खळखळाट।।

वाटलं माझ्याही बायोडाटाची, करावी एक शिडाची नाव।

अन सोडावी त्या झऱ्यात, विचारीत तुझं नाव-गाव।।

पण कोण जाणे, काय झालंय या काळजाला... धाडसच होईना मला!

कागदावर उमटवीत अक्षरे पटापटा, तू सावरीत होतीस तुझ्या बटा।

मी प्यायलो ते रूप घटाघटा, विसरत माझा बायोडाटा।।

तुझं ते नितळ सौंदर्य म्हणजे जणू, दवबिंदूंनी ओथंबलेल्या पानांचा वृक्ष।

ज्याच्या आडून लपंडाव खेळत होते, माझी नजर अन तुझा कटाक्ष।।

सुटला धीर... सुटला धीर, म्हटलं पोरखेळ का पुरे झाला...

पण कोण जाणे, काय झालंय या काळजाला... धाडसच होईना मला!

कसलेच काही आता मला उमजेना, अवयवांनीही मग केला संप ।

धाडिले देवानेच जणू तुला अन घडविला धरणीकंप ॥

आता राहवत नाही मला, अन धरवत नाही धीर ।

तुझं वाचून जग भासे, आंधळी कोशिंबीर ॥

पण कोण जाणे, काय झालंय या काळजाला... धाडसच होईना मला!

मग एकवटून बळ सारे, मी उठलो तुझीयासाठी ।

तू भुर्रकन उडून गेलीस, बांधून आठवांचे घरटे मजसाठी ॥

ओलेत्या पापण्यांना ती, दूर क्षितिजावरही दिसली नाही ।

बेधुंद धावणारे मन, आज खिशाबाहेरही डोकावले नाही ॥

कोण जाणे, काय झालंय या काळजाला... धाडसच होईना मला!

परिचय

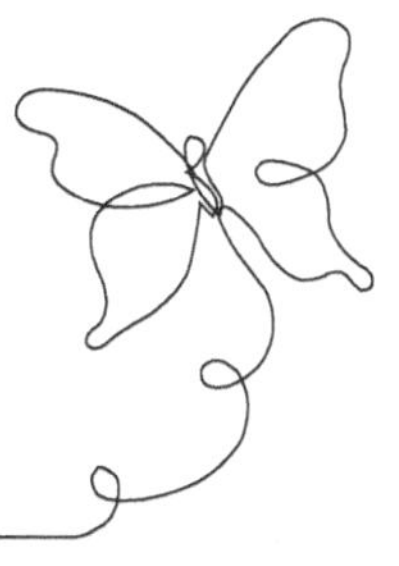

अरुण भऊड हे बी. ई. (कॉम्प्युटर्स) चे पदवीधर आहेत.

माहिती तंत्रज्ञान क्षेत्रात त्यांना १७ हून अधिक वर्षांचा अनुभव आहे.

पटणी, टाटा कंसल्टंसी सर्विसेस, कॉग्निझंट, आर्क सोल्यूशन्स अशा आंतरराष्ट्रीय कंपन्यांत काम केल्यावर ते मॉर्निंगस्टार कंपनीत 'मॅनेजर' म्हणून कार्यरत होते. अभियांत्रिकी विद्यालयात ते गेस्ट लेक्चर देतात तसेच 'विवेकवादी विचारसरणी' या विषयावर शाळा, कॉलेज आणि कॉर्पोरेट कंपन्यांत मार्गदर्शन देखील करतात.

काव्यरचने व्यतिरिक्त त्यांना वाचन, फोटोग्राफी, क्रिकेट आणि पाककलेचीही आवड आहे.